बर्लिन गंगेला मिळाले

भा. द. खेर

मेहता पब्लिशिंग हाऊस

Please contact us at **Mehta Publishing House Pvt. Ltd.**
© +91 020-24476924 / 24460313 / Mob. No. 9545000513
Email : production@mehtapublishinghouse.com
Website : www.mehtapublishinghouse.com

- *या पुस्तकातील लेखकाची मते, घटना, वर्णने ही त्या लेखकाची असून त्याच्याशी प्रकाशक सहमत असतीलच असे नाही.*

BERLIN GANGELA MILALE by B. D. KHER
बर्लिन गंगेला मिळाले : भा. द. खेर / कादंबरी

author@mehtapublishinghouse.com

संस्थापक : सुनील मेहता
प्रकाशक : मेहता पब्लिशिंग हाऊस प्रा. लि.
१९४१ सदाशिव पेठ, माडीवाले कॉलनी, पुणे – ३०.
मुद्रक : ट्रिनिटी ॲकॅडमी फॉर कॉर्पोरेट ट्रेनिंग लिमिटेड, पुणे – ४१.
मुखपृष्ठ : चंद्रमोहन कुलकर्णी
प्रकाशनकाल : द्वितीय आवृत्ती, नोव्हेंबर १९९५ /
मेहता पब्लिशिंग हाऊस प्रा. लि.ची तिसरी आवृत्ती :
सप्टेंबर, २०२२
किंमत : ₹ १८०

P Book ISBN 9789394258785
E Book ISBN 9789394258792
E Books available on : amazonkindle Apple Books Google Play Books

---

अपार आपुलकीच्या ऋणातून
अंशतः मुक्त होण्यासाठी-
डॉ. गो. भा. गोडबोले, डोंबिवली
यांना सप्रेम सादर समर्पण!

एवढं सांगितलं पाहिजे!

हैडेलबर्ग हे जर्मनीतील प्रसिद्ध पुरातन शहर! त्या ठिकाणी ही करुणरम्य कथा घडली. जर्मनीतील ते शहर मी डोळे भरून पाहिलं. ज्या ज्या ठिकाणी ही कादंबरी घडली, त्या ठिकाणांची छायाचित्रं अंतःकरणावर कोरून घेतली. भारतात परतल्यावर ही कादंबरी नव्यानं साकारली.

सुमारे एक तपापूर्वी श्री. कौशिक यांनी 'केसरी'त लिहिलेली उत्कृष्ट कथा मी वाचली. तेव्हापासून प्रस्तुत कादंबरीची कल्पना माझ्या मनात साकार होत होती. आता तर काय, या कादंबरीतील घटनास्थळं मी समक्ष पाहिली आणि ही चक्षुर्वैसत्यं कादंबरी प्रत्यक्षात अवतरली. ही कथा खरोखरच सत्यसृष्टीत घडलेली आहे काय? कपोलकल्पित कथांपेक्षाही सत्य हे कित्येक वेळा अद्‌भुत असतं. प्रस्तुत कादंबरीविषयी एवढं ध्यानात ठेवलं तरी पुरे होईल.

जर्मन शब्दोच्चारांबद्दल अविनाश बिनीवाले यांचं बहुमोल साहाय्य झालं.

– **भा. द. खेर**

अखेरीचा प्रारंभ

हैडलबर्गच्या त्या हमरस्त्यावरून हातात हात घालून चाललेलं ते नवदांपत्य त्या गल्लीच्या तोंडाशी आल्यावर एकदम थबकलं. त्यांचे हात विलग झाले. त्यांच्या गुजगोष्टी एकदम थांबल्या. त्या गोष्टी ऐकत असताना त्यांच्या तोंडावर चढलेला शृंगाराचा गहिरा गुलाबी रंग त्यांच्या तोंडावरून एकदम उतरला. त्या तरुणानं आपल्या डाव्या हातानं त्या तरुणीच्या पाठीवर थोपटल्यासारखं केलं आणि उजव्या हातानं त्या गल्लीतील एका घराकडे बोट दर्शवीत तो म्हणाला, ''डोरा, ते पाहिलंस का घर? हो तेच! त्याच घरात घडली बरं ही दुर्दैवी घटना. किती विचित्र! किती अनपेक्षित! हो, तेच घर यात शंका नाही. पाहून ठेव ते घर.''

त्या तरुणीचं लक्ष त्या घरावर स्थिर झालं.

हाउफ्ट श्ट्रास हा हैडलबर्गमधला हमरस्ता! हमरस्ता म्हटला तरी रहदारीला पुरा म्हणून कधी पडायचा नाही. नेकरपासून श्पेयरपर्यंत सरळसोट पसरलेला हा रस्ता म्हणजे शहराचं वैभव गणलं जाई. एखाद्या निरुंद नदीला अधूनमधून कालवे निघावेत, त्याप्रमाणे या हमरस्त्याला डाव्याउजव्या बाजूंनी अनेक आडवे रस्ते फुटले होते.

त्यामुळे उभ्या-आडव्या रस्त्यांचं जाळं तयार झालं होतं. जुन्या काळची ही जळमटं झटकून टाकण्यासाठीच की काय, सतराव्या शतकाच्या अखेरीस या शहरावर फ्रेंचांची धाड पडली आणि हे सारे रस्ते उद्ध्वस्त झाले. परंतु पुन्हा ते उभारले गेले ते थेट जुन्याच पद्धतीवर- कानामात्रेचा फरक न करता ज्याप्रमाणे बाबावाक्य प्रमाण मानलं जावं त्याप्रमाणे! जुना हमरस्ता सरळ रेषेत नव्हता; परंतु त्यातच जुन्या लोकांना दिमाख दिसत असे. हा जुना दिमाख नव्यानं उभा केला गेला. नवा रस्ता बांधला गेला तो थेट जुन्या पद्धतीवर! दगड-धोंड्यांचा मुळीच फरक न करता- एखादा अष्टवक्र माणूस दिसावा तसा तो हमरस्ता पुन्हा साकार झाला. जणू

फ्रेंचांची धाड पडलीच नव्हती. मानवी जीवन हे मुळीच साचेबंद नाही, हे दर्शविण्यासाठीच की काय, हा हमरस्ता ओबडधोबड दगडांचा बनविण्यात आलेला होता. या रस्त्यावरून चालताना जीवनाचे चढउतार माणसाला समजावेत, असाच हेतू होता की काय, कुणास ठाऊक!

त्या तरुणीचं लक्ष ज्या घरावर स्थिर झालं होतं, ते घर या हमरस्त्यावरील एका आडव्या गल्लीत होतं. या निरुंद गल्लीतील रस्ताही चौखंड्यांचा होता. चालून चालून दगड गुळगुळीत झाले होते. दगडांवर काळा रंग रापला होता. संध्याकाळच्या वेळी या गल्लीतील समोरासमोरची घरं परस्परांच्या कपाळाला कपाळ लावून उभी आहेत, असा भास होत होता.

त्या गल्लीतील कडेच्या घरातून एकेक वस्तू बाहेर पडत होती. भांडीकुंडी, फर्निचर, रेडिओ, रेफ्रिजरेटर, फोनो, फोटोफ्रेम्स. हे सारं सामान बाहेर आणलं जात होतं. गल्लीतील काही मंडळी मदत करण्यात गुंतलेली दिसत होती आणि जी मंडळी मदत करीत नव्हती, ती खिन्न मुद्रा करून तो सारा प्रकार बघण्यात गर्क झालेली होती.

एवढ्यात आठ-दहा माणसांनी एक भला मोठा छपरी पलंग बाहेर आणला. बाहेरच्या दारातून पलंग वेडावाकडा करून बाहेर आणावा लागत होता. त्या घरात जी वेडीवाकडी घटना घडली होती, तिचंच जणू ते निदर्शक होतं. तो पलंग पुरता बाहेर पडल्याचं दृश्य बघितल्यावर त्या गल्लीच्या तोंडाशी उभा असलेला तरुण आपल्या शेजारच्या त्या तरुणीला पुन्हा म्हणाला, "याच पलंगानं गेल्या तीन पिढ्यांचा इतिहास पाहिला, सुखदुःखाचा; आणि आता याच पलंगानं याच घरात नुकतीच घडलेली ती दुर्दैवी घटना बघितली; आणि सारं घर रस्त्यावर काढल्यावर हा स्वतः आता रस्त्यावर आला आहे एखाद्या मूळपुरुषासारखा!"

काही काळ स्तब्धता नांदली.

एकदम त्या घराच्या पुढच्या दरवाजापाशी मध्यम वयाची एक स्त्री दिसली. तिच्याकडे बघून सभोवती उभ्या असलेल्या कित्येकांनी आपली तोंडं दोन्ही हातांनी झाकून घेतली. कित्येकांनी हुंदके दिले; ते बऱ्याच दूरवर ऐकू आले.

तो तरुण शेजारच्या तरुणीला घाबऱ्या घाबऱ्या म्हणाला, "ती पहा एर्ना. दुर्दैवी बिचारी! या बाईला तू कधी बघितलं होतंस का?"

त्या तरुणीनं नकारार्थी मान हलवली. तेव्हा तो तरुण पुढे म्हणाला, "बाकी तू कशी बघशील? आपलं लग्न होऊन हैलबर्नहून तू नुकतीच इथे आली आहेस. नाही तर या बिचाऱ्या एर्नाला न ओळखणारं माणूस अख्ख्या गावात आढळणार नाही. तुला काय माहीत..."

पण त्या तरुणाचं बोलणं अर्धवटच राहिलं. त्याचं लक्ष त्या घराच्या दाराशी

उभ्या असलेल्या दुसऱ्या तरुणीकडे गेलं. त्या तरुणीविषयी डोरा काही विचारणार तोच त्या तरुणानं सांगायला सुरवात केली, "डोरा, एर्नाच्या पलीकडे उभी असलेली ती तरुणी आहे ना, ती भारतीय तरुणी आहे बरं का! एर्ना ही जर्मन बाई आणि तिच्या शेजारची ती भारतीय तरुणी. कसा विचित्र योगायोग आहे पहा! म्हणजे दोन संस्कृतींचा त्या घरात संगम झाला म्हणेनास! पण त्याच संगमामुळे त्या घराचं सुख पार धुवून निघालं; आणि त्या दोघींना रस्त्यावर आणून सोडलं...होय, अक्षरशः रस्त्यावर!"

मग तो तरुण जणू स्वतःशीच बोलू लागला. म्हणाला, "कुठे जर्मनी, कुठे भारत; इथली ही नेकर नदी आणि तिथली ती गंगा नदी! या दोन नद्यांचे प्रवाह परस्परांत मिसळून गेले. त्यांच्या रूपानं जणू या दोन देशांच्या भिन्न संस्कृती काही काळ एक झाल्या, त्यांचे प्रवाह परस्परांत मिसळले आणि अखेरीस दुःखाच्या सागरात विलीन झाले."

डोरा त्याच्या विचारमग्न मुखाकडे बघत होती. तो तरुण आपल्याच तंद्रीत बोलत होता. म्हणत होता, 'काय करणार आता या घरात राहून? याच घरानं तिला ही अवस्था आणली. काही वास्तूच अशा असल्या पाहिजेत. तिला आता या घरात राहणं कसं शक्य आहे! त्या घरात तिच्यासमक्ष घडलेला दुर्दैवी इतिहास तिला सहन थोडाच होणार आहे. अर्थात् घर सोडलं म्हणून त्या दुर्दैवी स्मृतींची भुतं तिला थोडीच सोडून जाणार आहेत! पण बदल झाला म्हणजे माणसाला थोडाफार विरंगुळा वाटतोच की!"

त्या तरुणाची तंद्री मध्येच भंग पावली. कारण डोरा त्याला विचारत होती, "त्या दोन बायांचं काही नातं आहे?"

त्या तरुणानं उत्तर दिलं, "आहे तर! अलीकडची जी प्रौढ बाई आहे, तिची ती पलीकडची तरुणी सून आहे!...हो सूनच! पण त्यातही एक दुर्भाग्य दडलेलं आहे. ती सून तर खरीच, पण त्या बाईचा मुलगा मेला आणि मग ही सून झाली. मुलाच्या मृत्यूनंतर सुनेचं नातं निर्माण झालं....आहे की नाही दैवदुर्विलास! या नात्यासाठी तिला केवढी किंमत द्यावी लागली! फार फार मोठी!"

काही तरी बोलायचं म्हणून डोरा म्हणाली, "खरंच!"

"डोरा, तुला कल्पना नाही, पण या बाईचा एके काळी केवढा रुबाब होता! मोठी करारी बाई! तिच्या करारीपणाची मुद्रा साऱ्या घरावर मारलेली असे, पण संघर्षाशिवाय बिचारीच्या वाट्याला काही आलं नाही. तिच्या घरात भारतीय संस्कृतीनं प्रवेश केला. तिचं सारं घर त्या संस्कृतीनं व्यापलं. तिला ते कधीच रुचलं नाही, कधीच मानवलं नाही. तिचा सासरा, तिचा पती आणि काही अंशानं तिचा मुलगासुद्धा भारतीय संस्कृतीनं झपाटला गेला. ही मात्र बिचारी झगड झगड झगडली; आणि

अखेरीस रस्त्यावर आली. भारतीय संस्कृतीच्या आहारी जाऊन त्या तिघांना स्वर्ग मिळाला किंवा नाही कुणास ठाऊक! पण ही मात्र आता नरकात पडली- आपल्या भारतीय सुनेला बरोबर घेऊन! या घराची कथा जितकी दुर्दैवी तितकीच ती अजब आहे, अद्‌भुत आहे- अगदी खरी न वाटावी इतकी! पण खोटं तरी कसं म्हणता येईल? सारं सारं अगदी समोर घडलं! छेः भलतंच, भयंकर!''

असं म्हणून त्या तरुणानं अंगावर शहारे आल्याप्रमाणे केलं.

सारं वातावरणही शहारलं होतं. संध्याकाळनं थंडीचं आवरण लपेटून घेतलं होतं. थंडीच्या दिवसांत सारं काही थंड होऊन जातं. सूर्यानं आपले करपाश आखडले म्हणजे सृष्टीच्या गळ्यात थंडीचे करपाश पडतात. सारं वातावरणच जणू गोठून जातं.

हमरस्त्यावरून एक ट्रॅमगाडी खडखडत आली आणि निघून गेली- तीही आळसावलेल्या अवस्थेतच! त्या गाडीची गात्रंही गारठली होती की काय कुणास ठाऊक!

ती ट्रॅमगाडी दिसेनाशी झाली तेव्हा ते नवदांपत्य आपल्या वाटेला लागलं. काही अंतर चालून गेल्यावर त्या दोघांचे हात परस्परांत गुंतले गेले. त्यांच्यातील अंतर कमी झालं. पुन्हा त्यांच्या गुजगोष्टी सुरू झाल्या; पण त्यांच्या मुखांवर मात्र पुन्हा शृंगाराचा गुलाबी रंग चढला नाही.

नदीकाठावरील एका ओक वृक्षाखाली ते जोडपं बसलं, तरी त्यांच्या गुजगोष्टी रंगेनात किंवा त्यांचा गुलाबी शृंगार फुलेना. संध्याकाळची विचित्र गूढता सर्वत्र भरलेली होती. दिशा धुकारल्या होत्या. समोर नदी वाहत होती. नदीपलीकडील रस्त्यावरून रेंगाळत जाणारी वाहनं कळसूत्री बाहुल्यांप्रमाणे हलताना दिसत होती. अनेक जोडपी हातात हात घालून किंवा खांद्याला खांदा लावून एकमेकांच्या कानात गुंजन करीत चालली होती. हे सारं दृश्य एखाद्या मूक चित्रपटात दिसावं तसं दिसत होतं. त्या दृश्यात हालचाल होती; पण प्राण नव्हता. नदीच्या पुलावर एक वृद्ध जोडपं उदासवाण्या नजरेनं नदीच्या वाहत्या प्रवाहाकडे पाहत होतं. जणू दोन वृद्धांचे पुतळे शेजारी उभे करून ठेवले होते आणि त्यांची दृष्टी नदीच्या पैलतीराकडे लागली होती. नदी वाहत होती, वाहत राहणार होती.

गप्पा रंगत नाहीत असं पाहून डोरा आपल्या पतीला म्हणाली, ''ती बाई अजून तुमच्या डोळ्यांसमोरून हलत नाही, असं दिसतंय!''

एखाद्या स्वप्नातून जाग आल्याप्रमाणे करून तो तरुण म्हणाला, ''होय. खरं आहे तुझं म्हणणं! ती बाई आणि तिची ती दुर्दैवी अद्‌भुत कहाणीसुद्धा!''त्या तरुणानं उत्तर दिलं आणि त्याची दृष्टी त्या नदीच्या प्रवाहावर स्थिर झाली. त्या प्रवाहावर पडलेल्या संध्याछाया आता अंधूक होत चालल्या होत्या. नदीच्या दोन्ही तीरांवर

दिसणारं दृश्य अंधारात हळूहळू अदृश्य होत होतं. मात्र त्या तरुणाला त्या प्रवाहाच्या ठिकाणी त्या बाईची सारी सारी करुण कहाणी दिसू लागली. तो तरुण त्या वाहत्या प्रवाहाकडे बघतच होता. त्याची वृत्ती तल्लीन झाली होती. त्या बाईची ती कहाणी केव्हा सुरू झाली आणि केव्हा संपली, हेही त्याला कळेनासं झालं. किती तरी पाणी त्या पुलाखालून वाहून गेलं होतं- बघता बघता, अगदी डोळ्यांदेखत! त्या हृदयद्रावक कहाणीबरोबर नेकर नदी वाहतच होती!

❖

भाग पहिला

हैडेलबर्ग हे जर्मनीतील प्रसिद्ध शहर. म्यूलर हे त्या शहरातील प्रसिद्ध कुटुंब आणि एर्ना ही त्या कुटुंबातील प्रसिद्ध बाई. ही सारी प्रसिद्ध असली, तरी त्यांच्या प्रसिद्धीची कारणं मात्र अगदी वेगळी होती. हैडेलबर्ग हे जर्मनीतील सर्वांत पुराणं शहर म्हणून प्रसिद्ध, म्यूलर कुटुंब हे भारतीय संस्कृतीचं अपरंपार अभिमानी म्हणून प्रसिद्ध, तर एर्ना ही त्या कुटुंबातील कर्ती बाई भारतीय संस्कृतीची कट्टर द्वेष्टी म्हणून प्रसिद्ध!

हैडेलबर्ग शहराच्या समांतर अशी जी नदी बारमाही सतत वाहत असते, त्या नदीचं नाव आहे नेकर. ही नदी शहरामधून पूर्व-पश्चिम अशी वाहते. या नदीनं शहराचे दोन भाग पाडले आहेत. जुनं प्रमुख शहर दक्षिण दिशेला वसलं आहे, तर नवं शहर उत्तर दिशेला आपले हात-पाय पसरू लागलं आहे. शहराला समांतर जाणारा 'हाउफ्ट श्ट्रास' हा हैडलबर्गमधला हमरस्ता. मात्र नदीकिनाऱ्याला हा हमरस्ता समांतर असा जातो म्हणून या रस्त्याचं नाव पडलं आहे 'ऊफर श्ट्रास' म्हणजे किनारामार्ग! या मार्गावरून पूर्व दिशेला जायला निघालं म्हणजे 'कॉर्न मार्केट'कडे रस्ता जातो. या मार्केटकडे जाण्यापूर्वीच गावकरी लोक पाहुण्याला मोठ्या अभिमानानं माहिती पुरवतील,'तुम्ही त्या भागात चाललाच आहात. त्या भागातील 'प्रिन्स कार्ल' या हॉटेलला भेट द्यायला मात्र विसरू नका हं!'

त्या हॉटेलमध्ये जाण्याचा मानस तुम्ही व्यक्त केलात तर ठीकच आहे; नाही तर तेथे जाण्यासाठी तुमचं मन अधिक वळविण्यासाठी ते तुम्हाला म्हणतील, ''महाराज, 'प्रिन्स कार्ल' हे पहिल्या दर्जाचं शाही हॉटेल आहे बरं का! त्या हॉटेलात बिस्मार्क आणि योसेफ आइशेन डोर्फ या मंडळींचा तर मुक्काम असेच. पण एवढं कशाला, टेनिसन, लाँगफेलो आणि सर वॉल्टर स्कॉट ही इंग्लिश आणि अमेरिकन मशहूर मंडळीही या हॉटेलात राहून गेली आहेत, हे लक्षात ठेवा.''

या हॉटेलाच्या परिसरातील व्हर्जिन मेरीचा पुतळा मात्र खरोखरच बघण्याजोगा आहे. बसल्या जागेवरून त्या भव्य पुतळ्याकडे बघत असताना आपल्या मनाला दिव्यत्वाचा स्पर्श होतो न होतो तोच टेकडीवरील जुन्या किल्ल्याचे भग्नावशेष

आपल्याला दिसायला लागतात. त्या किल्ल्याकडे बघत असताना कुणी तरी आपल्याला त्या किल्ल्याचा साद्यंत इतिहास सादर करतं. आपलं मन उदास होतं. राजे जातात तसे राजवाडेही जातात. या किल्ल्यावरून मारगिरी करून शत्रूला काळाची वाट दाखविली गेली असेल; पण आज त्याच किल्ल्याचे एकेक अवशेष कालवश होत असताना तुम्हाला दिसतील. या जगात काहीच चिरंजीव नसतं. काळाच्या पावलाखाली सारीच दृश्य सृष्टी अदृश्य होऊन जात असते, हा विचार तुमच्या मनात येताच तुम्हाला समोरचं अन्नही गोड लागणार नाही.

तत्त्वज्ञानाचे विचार नेहमीच असे उदास असतात का? निदान त्या एका घरात तरी असेच विचार सतत नांदत होते आणि त्या घरातील एका बाईला त्यामुळे जन्माचा घास कधीच गोड लागला नाही.

या किनारामार्गावरून पूर्वेकडे जात असताना मध्यभागी डाव्या बाजूला एक छोटीशी गल्ली लागते. जसं या हमरस्त्याचं नाव पडलं आहे 'ऊफर श्ट्रास' त्याप्रमाणे या गल्लीचं नाव पडलं आहे 'इंडिश श्ट्रास'- म्हणजे भारतीय रस्ता. या छोट्या गल्लीत भारतीय लोकांची वस्ती आहे म्हणून या गल्लीला 'इंडीश श्ट्रास' असं नाव पडलं आहे, असं मुळीच म्हणता येणार नाही. उलट त्या गल्लीत एकही भारतीय माणूस राहत असलेला आढळणार नाही. त्या गल्लीला ते नाव पडलं याचं कारण वेगळंच आहे आणि ते कारण मोठं गमतीचंही आहे. भारतीय संस्कृतीचे अभिमानी असे बहुसंख्य जर्मन लोक त्या गल्लीत राहतात म्हणून त्या गल्लीला नाव पडलं आहे- 'इंडिश श्ट्रास!' या गल्लीत वस्ती करून राहणारे हे सारे जर्मन लोक अजबच म्हणावे लागतील. यांची वस्ती जर्मन राष्ट्रात आहे म्हणून हे जर्मनीचे नागरिक. धर्मानं कॅथॉलिक ख्रिश्चन, पण या साऱ्यांना कमालीचा अभिमान आहे भारतीय संस्कृतीचा! गीता यांच्या नित्य पठणात आहे, वेदांचा अभ्यास यांनी केलेला आहे, उपनिषदांशी यांची ओळख आहे. आपल्या धर्माचा नाताळ हा उत्सव साजरा करण्याची बात सोडून हे लोक श्रीकृष्णाचा जन्मोत्सव मोठ्या दिमाखानं साजरा करतात. भवभूती व कालिदास यांना तर ते डोक्यावर घेऊन नाचतात. कारण यांचा जर्मन कवी गटे हा तर कालिदासाचं 'शाकुंतल' वाचून वेडा बनला होता. 'माणसाच्या मनाला मोहित करणारी वसंतकुसुमं जर त्याला हवी असतील, त्याचा अंतरात्मा थंड करण्यासाठी जर त्याला सुगीच्या दिवसातील रसाळ फळं हवी असतील किंवा पृथ्वी-स्वर्गातील सुखसर्वस्व त्याला एकदम हवं असेल, तर त्यानं फक्त 'शकुंतला' हे नाव उच्चारावं. सारी सुखं तत्क्षणी त्याच्या पदरात पडतील,' असं गटे म्हणाला होता. 'शाकुंतल' नाटक डोक्यावर घेऊन तो अक्षरशः नाचला होता. त्याचेच हे वारसदार!

याच गल्लीत म्यूलरचं कुटुंब या बाबतीत अग्रभागी होतं. त्या कुटुंबाच्या

रोमरोमात भारतीय संस्कृती मुरली होती. कोणत्याही दिवशी दिवेलागणीच्या वेळी त्यांच्या घरावरून गेलं म्हणजे गीतेच्या दुसऱ्या अध्यायाचं पठण कानावर येई. धीरगंभीर आवाजात शुद्ध उच्चारात म्हटले गेलेले 'नैनं छिन्दंति शस्त्राणि नैनं दहति पावकः' हे शब्द ऐकले म्हणजे वाटायचं, की या म्यूलर कुटुंबानं चिरंजीव आत्म्याचं तत्त्वज्ञान पुरतं आत्मसात केलं, आहे खास! त्यानंतर काही वेळानं परतीच्या मार्गावर त्यांच्या घरातून आलेलेल शब्द कानी पडायचे- 'सुखदुःखे समे कृत्वा लाभालाभौ जयाजयौ,' हे शब्द ऐकले म्हणजे वाटायचं, अरे! यांनी मनाची साम्यावस्थाही जिंकलेली आहे.

या शहरातील कित्येक लोक या गल्लीकडे बोट दाखवून थट्टेनं म्हणत, 'ते पहा, गेट वे ऑफ इंडिया!' 'भारतीय प्रवेशद्वार' असा या गल्लीचा केवळ उल्लेख करूनच ही थट्टेखोर मंडळी थांबत नसत. त्यांना जर कुणी म्यूलरच्या घराची वाट पुसली तर ते म्हणत, "वेदांची आणि उपनिषदांची जेथे अखंड पोपटपंची चालते ते म्यूलरचं घर आहे असं खुशाल समजावं." हे ऐकल्यावर ज्यांना भारतीय संस्कृतीची ओळख आहे अशा लोकांना साहजिकच पंडित मंडनमिश्रांच्या घराची आठवण येई.

म्यूलर यांच्या घराला आणखीही काही खुणा होत्या. त्यांचं घर साधं विटकरीच होतं आणि त्या विटकरीचा रंग भगवा होता. भारतीय संस्कृतीचं वेड एवढ्यावरच थांबलेलं नव्हतं. त्यांच्या घराच्या खाली एक दुकान होतं. त्या दुकानात भारतीय संस्कृतीला साजतील अशा पुराण्या वस्तू मिळत. विविध प्रकारच्या देवमूर्ती आणि नाना आकारांचे देखणे दिवे अशा भारतीय संस्कृतीत बसणाऱ्या शुभंकर वस्तू तर हमखास मिळायच्याच; परंतु भारतीय भांडीकुंडी आणि फर्निचर हेही मिळायचं. म्यूलरसाहेबांच्या सल्ल्यानंच डिटमार ओटोमान या भाविक जर्मन माणसानं हे दुकान विकत घेतलेलं होतं. या दुकानात त्याला बऱ्यापैकी पैका मिळाला होता, याचं सारं श्रेय म्यूलर कुटुंब आणि भारतीय संस्कृती यांच्या पदरात पडलेलं होतं. डिटमार ओटोमानही म्यूलर कुटुंबाबरोबर भगव्या रंगात मिसळून गेले होते.

भारतीय संस्कृतीच्या बडेजावाचा अखंड उच्चार म्यूलर यांच्या घरात सुरू असे, ही गोष्ट अक्षरशः खरी होती. पण या घरात त्या गोष्टीला एक अपवाद होता; तो म्हणजे एर्ना म्यूलर या बाईचा! त्या बाईचे सासरे मानफ्रेड म्यूलर हे हैडेलबर्ग विद्यापीठात भारतीय संस्कृतीचे प्राध्यापक होते. त्या बाईचे पतिराज फ्रान्झ म्यूलर यांनीही आपल्या पित्याच्या पावलावर पाऊल टाकून त्याच विद्यापीठात भारतीय संस्कृतीचं अध्यापन पत्करलं होतं. एर्ना त्याच विद्यापीठात शिकत असताना एर्नाची आणि फ्रान्झ म्यूलर यांची गाठ पडली, परस्पराचं परस्परांवर प्रेम जडलं आणि त्या दोघांनी वैवाहिक बंधन पत्करलं. त्यांच्या प्रेमाचा इतिहासही मोठा मनोरंजक असा

घडला.

त्या वेळी मानफ्रेड म्यूलर हे हैडेलबर्ग विद्यापीठातून नुकतेच सेवानिवृत्त झाले होते आणि त्यांची जागा फ्रान्झ म्यूलर यांनी घेतली होती. हैडेलबर्ग विद्यापीठ हे त्या वेळी उभ्या जगात प्रसिद्ध होते. पहिला इलेक्टर रूप्रेश्ट यानं १३८६ मध्ये या विद्यापीठाची स्थापना केल्यापासून हैडेलबर्ग या शहराचं नाव जगात सर्वतोमुखी झालं. त्रिदशवार्षिक युद्ध सुरू होण्यापूर्वी जगातील सुधारणावादी विद्यार्थ्यांचं हे माहेरघर म्हणून गणलं जाई. परंतु पुढे विद्यापीठाचा ऱ्हास सुरू झाला. विद्यापीठाचा लौकिक कमी होऊ लागला; परंतु कार्ल फ्रीडरिश यानं पुन्हा या विद्यापीठात नवचैतन्य ओतलं. एकोणिसाव्या आणि विसाव्या शतकात बुन्सेन, किर्फहोफ् आणि हेल्पहोल्टेत्स या विश्वविख्यात पंडितांनी या विद्यापीठात येऊन धडे दिले. देशोदेशीचे विद्यार्थी ज्ञानार्जनासाठी आवर्जून येथे येत असत आणि पदरात पांडित्य पाडून परत जात असत. जगातील साऱ्या धर्म-संस्कृतींचं शिक्षण विद्यापीठाच्या परिसरात दिलं जात असे. याच विद्यापीठात मानफ्रेड म्यूलर हे भारतीय संस्कृतीचे प्राध्यापक होते.

नेकर नदीच्या आणि नदीच्या पाठीशी उभ्या असलेल्या नेटक्या टेकड्यांच्या पार्श्वभूमीवर विद्यापीठाची भव्य इमारत मोठी खुलून दिसे. विद्यापीठाच्या पुराण्या व्यक्तिमत्त्वासमोर कुणालाही मान तुकवावी, असे वाटे. भव्य इमारतीचं रंगरूप विटून गेलं होतं, कळस काळवंडले होते, पण गुणी व्यक्तीच्या रंगरूपाकडे कुणी बघत नाही. त्याप्रमाणे या गुणी वास्तूच्या बाह्य रूपाकडेही कुणाचं लक्ष जात नसे.

अशा गोष्टींत माणूस किती पुराणप्रिय असतो पाहा! विद्यापीठाचं हे जुनंपुराणं रूप कायम राखण्यासाठी शहराच्या या भागात सुधारणेला फारसा शिरकाव करू दिलेला नव्हता. विद्यापीठाला जोडून अनेक नव्या नव्या इमारती झाल्या; पण त्या साऱ्या परिसरात आणि त्याच विद्यादानाच्या कार्यासाठी, अन्य कोणत्याही प्रकारच्या इमारतीला या पंक्तीला बसायला कधी स्थान मिळालं नाही. रुग्णालयाच्या नव्या इमारती बांधल्या गेल्या किंवा अनेक संस्थांसाठी नवीन इमारती उभारल्या गेल्या; परंतु त्या साऱ्या इमारतींना शहराच्या या जुन्या भागात स्थान मिळालं नाही. शहराचा मध्यबिंदू विद्यापीठाच्या इमारतींनीच व्यापलेला राहिला.

विद्यापीठाच्या सभोवती एका शतकापूर्वी बरीच मोकळी जागा होती; परंतु वाढत्या वस्तीबरोबर घरं आणि दुकानं वाढली. तथापि विद्यापीठाच्या कारंजावर खडा पहारा देत असलेला सिंह आजही मोकळ्यावर उभा आहे, असं वाटतं. सभोवती गल्ली-बोळांतून जी घरं उभी राहिली आहेत, तीही बहुतांशी सुधारणेचा वारा न लागलेली अशी आणि जी नव्या थाटाची सुधारलेली घरं आहेत तीही जुन्या जमान्याशी मिळतंजुळतं करून घेतलेली अशी! जुन्या जमान्यातील एक दृश्य अजूनही या भागात दिसतं. हातात दंडुका घेऊन मेंढपाळ लोक सकाळच्या प्रहरी

मेंढरं हाकून शेतात नेतात आणि संध्याकाळी दिवेलागणीच्या वेळी ती मेंढरं परत आणतात, हे दृश्य आजही दिसतं.

जुना जमाना अजूनही सरलेला नाही, असं दर्शविणाऱ्या दोन वास्तू आजही विद्यापीठाच्या परिसरात उभ्या आहेत. विद्यापीठाकडे जाताना एका घरावरील एका पाटीवर १९६ हा आकडा दिसतो. गटेनं मातृवत् मानलेल्या डोरोथा डेल्फ या बाईचं हे घर. याच ठिकाणी गटेचं वास्तव्य होतं आणि १७७५ सालच्या नोव्हेंबर महिन्यात जेव्हा त्याला ड्यूक चार्ल्स आउगुस्ट याचं निमंत्रण आलं, तेव्हा गटे वाइमार येथे गेला तो याच घरातून! रस्त्याच्या दुसऱ्या टोकाला वस्तुसंग्रहालयाची एक जुनी-पुराणी इमारत उभी आहे. त्या इमारतीवरील पाटीवर लिहिलेला ९७ हा आकडाही आता मोडीत काढायला झाला आहे. या ठिकाणी अठराव्या आणि एकोणिसाव्या शतकात वॅलिस व टर्नर या दोन मशहूर इंग्रज चिताऱ्यांनी चितारलेली चित्रं ठेवलेली आहेत. ज्या ठिकाणी गटे राहत होता किंवा ज्या ठिकाणी भले भले इंग्रज कलाकार राहिले, त्या पुराण्या वास्तूंना मोडीत कोण काढणार? किंबहुना जुन्याला चिकटून राहण्याची किंवा जुनं ते सोनं मानण्याची या शहराची जणू जन्मजात वृत्तीच होती. हैडेलबर्ग शहराला नवं कधी परवडलं नाही आणि त्या शहरानं जुनं काही सोडलं नाही.

भारतीय संस्कृती ही जगातील सर्वांत जुनी संस्कृती. आणि जुनी म्हणूनच की काय, हैडेलबर्गच्या म्यूलर कुटुंबाच्या रक्तातच ती पुरती भिनली होती.

मानफ्रेड म्यूलर हे सेवानिवृत्त झाल्यानंतर भारतीय संस्कृती हा विषय शिकवण्याचं काम त्यांचे चिरंजीव फ्रान्झ म्यूलर यांच्यावर येऊन पडलं. फ्रान्झ म्यूलर यांना हवं होतं तेच झालं. केवळ पित्याचा वारसा आपल्याकडे चालत आला आहे म्हणून नव्हे, तर आपल्या आवडीचं काम आपल्याकडे चालत आलं आहे म्हणून फ्रान्झ म्यूलर यांना आनंद झाला. भारतीय संस्कृतीचा नंदादीप पुढल्या पिढीपर्यंत तेवत राहिला. म्यूलर कुटुंबाच्या अंतःकरणात प्रज्वलित झालेली ज्योत तेवत राहिली. वारसा चालत आला होता; पण भावी काळातील परिणामांची कुणालाच कल्पना आलेली नव्हती. या नंदादीपाचा एक ना एक दिवस ज्वालामुखी होईल याची भीतीही कुणाला कधी वाटली नव्हती. भारतीय संस्कृतीचं अध्यापन-कार्य म्यूलर कुटुंबाच्या हस्ते पुढे चालू झालं. एक पिढी अस्तंगत झाली. दुसरी पिढी उदयाला आली, ती जुन्याचा धागा धरूनच!

एके दिवशी भारतीय संस्कृतीचा तास घेण्यासाठी फ्रान्झ म्यूलर आपल्या वर्गावर गेले. त्यांचा हा पहिलाच तास होता. या तासाला ते भारतीय संस्कृतीची सर्वसाधारण ओळख करून देणार होते. वर्गात दुसऱ्याही विषयाचे विद्यार्थी येऊन बसले होते. मानफ्रेड म्यूलर यांचा शिकवण्याचा लौकिक फार मोठा होता. आता

त्यांचे हे चिरंजीव आपल्या पिताजींचा लौकिक कसा काय ठेवतात, हे बघण्यासाठी त्या तासाला विद्यार्थ्यांनी गर्दी केली होती.

वर्गात येऊन फ्रान्झ म्यूलर हे आपल्या व्याख्यानाला सुरवात करणार तोच त्यांना तातडीचा फोन आला. ते जवळ जवळ धावतच वर्गाबाहेर पडले आणि त्याच वेळी एर्ना धावतच त्यांच्या वर्गात प्रवेश करीत होती. फोन घेण्यासाठी घाईगर्दीत बाहेर पडणाऱ्या फ्रान्झ म्यूलर यांची आणि तिची वाटेतच टक्कर झाली. या प्रकारानं दोघेही गोंधळून गेले. दोघांनीही दिलगिरी व्यक्त करणारे शब्द उच्चारण्याचा प्रयत्न केला. पण ते शब्द पुरतेपणी त्या दोघांच्याही तोंडातून बाहेर पडले नाहीत. त्याच वेळी वर्गातील काही विद्यार्थी म्हणाले, "ही पहा सर्व धर्मांची टक्कर झाली." दुसरे काही विद्यार्थी म्हणाले, "अरे टक्कर कुठली? सर्व धर्मांचं हे मीलन झालं!"

हे थट्टेचे शब्द त्या दोघांच्याही कानावर पडले. फ्रान्झ म्यूलर हे भारतीय संस्कृतीचे प्राध्यापक होते. आणि एर्ना नॉर्डही त्या वेळी 'थिओलीगी'ची म्हणजे सर्वधर्मशास्त्र या विषयाची विद्यार्थिनी होती. फ्रान्झ म्यूलर यांच्या कक्षेत केवळ हिंदू धर्मच येत होता, तर एर्ना नॉर्ड हिला सर्व धर्मांचा तौलनिक अभ्यास करायचा होता. फ्रान्झ म्यूलर हे प्राध्यापक होते, एर्ना नॉर्ड ही विद्यार्थिनी होती. त्या दोघांची अनपेक्षित टक्कर होताच 'सर्व धर्मांचे मीलन' हे शब्द त्या विद्यार्थ्यांनी उच्चारले तेव्हा ते दोघेही लाजेनं चूर होऊन गेले.

फोनवरील बोलणं आटोपून फ्रान्झ म्यूलर परत वर्गावर आले, तरी त्यांच्या मुद्रेवरील लज्जेचा भाव मुळीच लोपला नव्हता; आणि त्यांना पाहताच एर्ना नॉर्ड हिनं समोरच्या पुस्तकात आपलं तोंड खुपसलं, तरी तिच्या तोंडावरची लज्जेची लाली किमपि कमी झालेली नव्हती.

आपला पाठ सुरू करण्यापूर्वी फ्रान्झ म्यूलर हसत म्हणाले, "मघाशी जो प्रकार घडला तो तुम्ही सर्वांनी पाहिला आणि त्यावर तुम्ही जे प्रलाप काढलेत ते आम्ही दोघांनी ऐकले."

असं म्हणून त्यांनी त्याच वेळी नेमका एर्ना नॉर्ड हिच्याकडे एक कटाक्ष टाकला. निळी नजर निळ्या नजरेला मिळाली. जणू नेकर नदीत नीलवर्ण आकाशाचं प्रतिबिंब पडलं. आकाशात ढग आले किंवा पाण्यावर लाटा आल्या. नजरेत मिळालेली नजर विलग झाली. एर्ना पुन्हा खाली पाहू लागली. फ्रान्झ म्यूलर यांनी उच्चारलेला 'प्रलाप' हा शब्द ऐकून विद्यार्थ्यांना वाटलं, प्राध्यापकांची स्वारी गरम झालेली दिसते.

फ्रान्झ म्यूलर पुढे म्हणाले, "भिन्न धर्माचं मिलन झालं तरी व्यक्तींचं मीलन होईलच असं नाही. कारण धर्मांच्या मीलनाचे कायदे वेगळे आणि व्यक्तींच्या मीलनाचे कायदे वेगळे!"

एखाद्या तत्त्ववेत्त्याचा आव आणून जरी ते बोलत होते, तरी विद्यार्थ्यांना त्याचं ते थट्टेचं बोलणं समजत होतं. मग आपला गंभीरपणाचा आव कायम ठेवून फ्रान्झ म्यूलर पुढे म्हणाले, ''दोन भिन्न प्रकृतीच्या धर्मांचं एक वेळ मीलन होऊ शकेल, पण दोन भिन्न प्रकृतीच्या व्यक्तीचं मीलन कधीच होऊ शकणार नाही.''

असं म्हणून त्यांनी पुन्हा एकदा एर्नाकडे हळूच एक कटाक्ष टाकला. पुन्हा नेमकी नजरानजर झाली. तिला सर्व काही समजलं.

फ्रान्झ म्यूलर यांचं हे बोलणं त्या विद्यार्थ्यांना जरी फारसं समजलं नाही, तरी एर्नाला ते पुरेपूर समजलं. कारण तिनं फ्रान्झ म्यूलर यांच्याशी त्यापूर्वी अनेक वाद घातले होते. त्यांच्या घरी तिचं जाणं येणं असे. मानफ्रेड म्यूलर यांच्या विद्वत्तेविषयी तिला अपरंपार आदर होता. अभ्यासातील अडचणी घेऊन ती त्यांच्या घरी नेहमी जात असे; आणि आपल्या शंकांचं निरसन करून घेऊन केवढ्या समाधानानं परतत असे! मानफ्रेड आणि फ्रान्झ म्यूलर या पिता-पुत्राचं भारतीय संस्कृतीबद्दलचं प्रेम तिला पुरेपूर माहीत होतं. उलट सर्व धर्म-संस्कृतींचा तौलनिक अभ्यास केलेला असल्यामुळे कोणत्याच एका धर्माबद्दल एर्ना नॉर्ड हिला आपुलकी उरलेली नाही, ही गोष्ट फ्रान्झ म्यूलर जाणून होते. त्यांनी हिंदू धर्माबद्दल तरफदारी केली की तिनं त्यांचा तो अभिमान खणून काढावा आणि दुसऱ्या एखाद्या धर्माचं महत्त्व त्यांना पटवून देण्याचा प्रयत्न करावा. ही चर्चा खेळीमेळीनं सुरू होई, पण मग हळूहळू वाद फुलू लागला म्हणजे खेळीमेळीचं वातावरण नाहीसं होऊन जाई आणि गोष्टी वर्दळीवर येत.

एकदा फ्रान्झ म्यूलर एर्नाला हिंदू धर्माची महती पटवून देत होते. म्हणत होते, ''हिंदू धर्म हा दीपस्तंभासारखा आहे किंवा नंदादीपासारखा आहे, असं म्हण हवं तर! ज्याप्रमाणे...''

मध्येच एर्ना म्हणाली, ''पण या दीपस्तंभाचा पाया आता ढासळत चालला आहे: किंवा सुधारणेच्या वाऱ्यानं हा हिंदू धर्माचा नंदादीप मालवण्याच्या बेताला आला आहे, असं दिसतंय!''

एर्ना हसली. तिचा स्वर हेटाळणीचा वाटला.

तिच्या त्या बोलण्यावर फ्रान्झ म्यूलर म्हणाले, ''अगं, कोसळतो तो दीपस्तंभ कसला किंवा मालवतो तो नंदादीप कसला? हिंदू धर्म हा शाश्वत, चिरंतन तत्त्वांवर आधारलेला आहे. शाश्वत तत्त्वं कधीच कोसळत नाहीत. लक्षात ठेव एर्ना!''

एर्ना हसत त्याच हेटाळणीच्या स्वरात म्हणाली, ''शाश्वत तत्त्वं कसली? भटाभिक्षुकांच्या लहरीवर चालणारा धर्म! बुरसटलेल्या मतांचा! लोकभ्रमावर आधारलेला! हलक्यासलक्या, दगडाधोंड्यांच्या देवदेवतांना पुजणारा धर्म! नवसाला पावणारा, खुळचट कल्पनांवर आधारलेला धर्म! असा विचित्र धर्म पृथ्वीच्या पाठीवर दुसरा

असेल की नाही कुणास ठाऊक!''

असं म्हणून ती खदखदून हसली. फ्रान्झ म्यूलर चिडले. म्हणाले, ''कोणत्याही धर्मात रूढी या असतातच. पण त्या रूढी म्हणजे धर्म नव्हे! तुम्ही या 'प्रॉव्हिडन्स चर्च' मध्ये नियमानं जाता. आज त्या चर्चचं तुम्हाला महत्त्व वाटत नसेलही; परंतु त्रिदशवार्षिक युद्ध झालं, युद्धामुळे लोक मनानं पार खचून गेले. त्या वेळी १६६१ मध्ये कार्ल लुडविग यानं हे चर्च बांधलं आणि या चर्चमध्ये हजारो जर्मनांना मनःशांति लाभली. या चर्चमध्ये त्यांना येशू सापडला. म्हणून हे पाहा, देव हा दगडात नसतो; तो भावात असतो. 'भाव तेथे देव' हाच सिद्धान्त हिंदू धर्मात सांगितलेला आहे. कुणी दगडात देव बघेल, तर कुणी वृक्षात देव बघेल. कुणाला अग्नीत देव दिसेल. कुणाला आकाशात देव सापडेल- तुमच्यासारखा! कुणी कुणाला नावं ठेवू नयेत, हे चांगलं!''

अशा तऱ्हेनं ते बराच वेळ बोलत राहिले होते.

अशा बोलण्याच्या वेळी फ्रान्झ म्यूलर यांचं एक पालुपद ठरलेलं असे. ते म्हणत, ''हिंदू धर्म खरोखरच दीपस्तंभासारखा आहे.''

एर्नाचंही अशा वेळी एक पालुपद ठरलेलं असे. ती म्हणे, ''आपली दोघांची प्रकृतीच भिन्न आहे. आपलं कधी पटायचं नाही.''

ती त्यांची विद्यार्थिनी होणार होती आणि ते तिचे प्राध्यापक होणार होते, ही गोष्टही अशा वेळी त्यांच्या दृष्टीआड होत असे. तिनं असं म्हणू नये असं त्यांना मनोमन वाटे; आणि आपण असं म्हणायला नको होतं, असं तिला मनोमन पटे. हिनं आपल्यासारखं बोलावं, हिची मतं आपल्यासारखीच असावीत, अशी उत्कट इच्छा त्यांच्या मनात निर्माण होई. आपल्याला त्यांच्यासारखं बोलायला काय हरकत आहे? आपल्या मतांना जराशी मुरड घालून त्यांच्या मतांशी आपली मतं मिळतीजुळती करून घ्यायला काही हरकत आहे का, असं तिला वाटत राही.

परंतु वाद ऐन रंगात आला म्हणजे ती कधीही म्हटल्याशिवाय राहत नसे, ''आपली दोघांची प्रकृतीच भिन्न आहे. आपलं कधी पटायचं नाही!''

अशा वेळी फ्रान्झ म्यूलर मनातून खट्टू होऊन जात.

''दोन भिन्न प्रकृतीच्या व्यक्तींचं मिलन मात्र कधीच होऊ शकणार नाही,'' असं फ्रान्झ म्यूलर आता वर्गात म्हणाले ते अर्थात् एर्ना नॉर्ड हिच्या अशा उद्‌गारांना उद्देशूनच! त्यामुळे तिला त्यांचं ते बोलणं पुरेपूर समजलं.

❖❖

पुढे काही दिवसांनी एर्ना नॉर्ड आजारी पडली; आणि एके दिवशी फ्रान्झ म्यूलर हे तिला भेटण्यासाठी म्हणून तिच्या घरी गेले.

ती संध्याकाळची वेळ होती. फिकट असा संधिप्रकाश पडला होता. एर्ना नॉर्ड ज्या खिडकीच्या शेजारी झोपली होती, त्या खिडकीतून येणारा अंधूक संधिप्रकाश तिच्या चेहऱ्यावर पडला होता. त्या मंद प्रकाशात तिचा चेहरा निद्राधीन झालेल्या एखाद्या सुरेख परीसारखा दिसत होता. तिचा त्या वेळचा तो निष्पाप चेहरा पाहून फ्रान्झ म्यूलर यांना अक्षरश: भडभडून आलं. झोपलेलं आजारी माणूस किती केविलवाणी दिसतं! सारा शिष्टाचार बाजूला सारून ते तिच्याकडे एकटक पाहत राहिले. ती शांतपणानं झोपली होती आणि फ्रान्झ म्यूलर शांतपणाने तिच्याकडे पाहत उभे होते.

ते घरात आले आणि ते आले आहेत असं पाहून, घरात काम करणारी बाई घराबाहेर निघून गेली. घरात कुणाचीच चाहूल लागत नव्हती. फ्रान्झ म्यूलर तिच्या बिछान्याजवळ सरकले तेव्हा तिला एकदम ठसका लागला आणि अर्धवट उठून ती पाणी मागत होती. शेजारच्या टेबलावर 'मिनरल वॉटर'ची बाटली त्यांना दिसली. त्यांनी पेल्यात पाणी ओतलं आणि तो पेला तिच्यासमोर धरला तेव्हा तिनं आपले डोळे पुरते उघडले आणि काहीशा आश्चर्यानं ती फ्रान्झ म्यूलर यांच्याकडे पाहू लागली.

ते हसले पण अगदी बेतानं!

फ्रान्झ म्यूलर हसताना थेट मानफ्रेड म्युलरसारखे दिसतात, असे तिला नेहमीच वाटे. तसं तिला याही वेळी वाटलं. त्या पिता-पुत्राच्या निळ्या नेत्रांत सागराची खोली आहे, असं तिला बराच वेळ वाटत राहिलं. मग काही वेळ तिचं मन त्या पिता-पुत्राची तुलना करीत राहिलं; आणि फ्रान्झ म्यूलर तिच्याकडे बघत राहिले.

एखाद्या स्वप्नातून जागं झाल्याप्रमाणे करून ती त्यांच्याकडे बघत म्हणाली, "अं...? आई कुठे आहे?"

फ्रान्झ म्यूलर उत्तरले, "ते आईलाच ठाऊक! मी आलो तेव्हा इथे कुणी नव्हतं एवढंच मला ठाऊक! मी आलो तेव्हा तुमची बाई निघून गेली. राहिलो फक्त आपण दोघं! तू आणि मी....फक्त दोघं!"

एर्ना चमकली. फ्रान्झ म्यूलर शांतपणानं तिच्या शेजारी उभे होते. त्यांची चर्या निर्विकार होती.

फ्रान्झ म्यूलर यांनी दिलेलं पाणी ती प्यायली. तिच्या हातात पाण्याचा पेला देताना फ्रान्झ म्यूलर यांचा तिच्या हाताला स्पर्श झाला. तो त्यांनी मुद्दाम केला, असं तिला वाटलं. तिचं अंग शहारलं. मग ती पडून राहिली. त्याही स्थितीत तिचा चेहरा फुललेला दिसत होता. फूल फुलत चाललं होतं.

आता संधिप्रकाश सरला होता. उरला होता अंधार! त्या अंधूक प्रकाशातही तिचा चेहरा दिसत होता. तिनं डोळे मिटून घेतले होते. जणू आपल्या सौंदर्याची

कवाडं तिनं हेतुतः लावून घेतली होती. काय घडणार आहे याची ती वाट बघत असावी, असं वाटत होतं.

काही वेळानं तिनं दचकून डोळे उघडले तेव्हा तिचा हात फ्रान्झ म्यूलर यांनी आपल्या हातात घेतला होता. तिनं डोळे उघडलेले पाहून ते तिच्याकडे बघून म्हणत होते, ''किती ताप आहे तुझ्या अंगात? तुझ्याजवळ कुणी बसलं कसं नाही?''

यावर तिनं हसून उत्तर दिलं, ''तुम्ही आहात ना जवळ!''

तिनं हे शब्द अशा तऱ्हेनं उच्चारले की, ते ऐकून फ्रान्झ म्यूलर एकदम चमकले. त्यांना जे हवं होतं ते घडत होतं.

त्यानंतर एर्ना त्यांच्याकडे बघत म्हणाली, ''एल्टेर्न (आई-वडील) दोघंही चर्चमध्ये गेली आहेत.''

तिचे वडील फर्डिनंड नॉर्ड आणि आई योहाना नॉर्ड ही दोघं एका कॅथॉलिक चर्चमध्ये कामाला जातात, ही गोष्ट फ्रान्झ म्यूलर यांना ऐकून माहीत होती. एर्नाचे आई-वडील प्रथम सेन्ट पीटर चर्चमध्ये कामाला जात असत. प्रार्थनेतही त्यांना भाग घ्यावा लागेच, शिवाय चर्चच्या परिसराची सारी देखभाल त्यांना करावी लागे. हरितवर्ण वृक्षवल्लरींच्या परिसरात हे चर्च वसलेलं असे. वृक्षांच्या दाटीदाटीतून बघणाऱ्याला चर्चचा उंच दर्शनी भाग आणि क्रॉस सहज दिसत असे. चर्चच्या भिंती गारवेलींनी पार झाकाळून गेल्या होत्या. त्या वेलींची देखरेख नेहमीच करावी लागे. थंडीच्या दिवसात बर्फ पडून वृक्षांची पानं पार झडून जात, पण या वेली मात्र हिरव्यागार राहत असत. त्यामुळे चर्चच्या भिंती नेहमी हिरव्यागार दिसल्या, तरी चर्चमधील वातावरण मात्र वृक्षपर्णांप्रमाणे करपलेलं असे. त्या वातावरणाला कधीच ताजेपणा नसे. तेथे उभ्या असलेल्या कबरींप्रमाणेच तेथील वातावरण सदैव स्थिर असे. मृत माणसांबरोबरच सुधारणा जणू जमिनीत गाडून टाकलेली होती; आणि त्यातून कर्मठपणा उगवलेला होता.

परंतु हा कर्मठपणा एर्नाच्या आई-वडिलांच्या वृत्तीला मानवला नव्हता. त्यांच्या पचनी पडला नव्हता. चर्चमध्ये आलेल्या पाहुण्यांना तेथील कबरीत विसावलेल्या माणसांची माहिती देणं आणि चर्चची देखभाल करीत असताना प्रार्थनेत भाग घेणं, एवढीच कामं त्यांना उरली होती. त्यांचं मन सेन्ट पीटर चर्चमध्ये काही केल्या रमेना.

म्हणून 'प्रॉव्हिडन्स चर्च' मध्ये त्यांनी बदली करून घेतली. मनाला न मानवणारं एक चर्च सोडलं आणि दुसऱ्या चर्चमध्ये त्यांनी काम धरलं.

दिवसभराचं काम संपवून ते पती-पत्नी त्या चर्चच्या आवारात विसावले, म्हणजे त्यांची दृष्टी चर्चच्या घुमटाकडे जायची. त्यांचं मन भूतकाळात जायचं. युद्धासारख्या आपत्तीनं माणूस भयभीत झाला म्हणजे त्याची दृष्टी क्षितिजाच्या पलीकडे जाते. क्षितिजाच्या पलीकडील अज्ञात प्रांत त्याला दिसू लागतो. अज्ञाताच्या

पलीकडे उभ्या असलेल्या देवांचा हलता हात त्याला दिसतो. त्याला धीर येतो. माणसाच्या हातांनी केलेली दुष्कृत्य सावरण्याची शक्ती त्या हातांत आहे, असं त्याला वाटू लागतं.

ज्ञात असलेल्या पापी हाताला आधार देणारा पुण्यशील अज्ञात हात आहे तर!

हे सारे विचार त्याच्या मनात नित्याने यायचे.

युद्धखोर मानवाला युद्धविन्मुख करण्यासाठीच आणि दुःखी मानवाला सुखी करण्यासाठीच या चर्चची उभारणी झालेली नव्हती का! कार्ल लुडविग यानं हे चर्च कशासाठी उभारलं होतं?

केल्विनच्या सुधारणावादी मतप्रचाराचं वारं या चर्चला लागलं होतं. त्यामुळे सुधारणावादी तरुण मंडळीही डोळसपणानं या चर्चमध्ये येत असत.

सर्व धर्मांचे प्राथमिक धडे देऊन ख्रिश्चन धर्म हा सर्व धर्मांत कसा श्रेष्ठ आहे, याची महती नवख्या विद्यार्थ्यांना पटवून देण्याची योजना कॅथॉलिक सुधारणावादी चर्चच्या वतीनं आखण्यात आली होती; आणि ते काम फर्डिनंड नॉर्ड यांच्यावर सोपविण्यात आलं होतं.

एर्ना नॉर्ड हिनंही आपले प्राथमिक धडे आपल्या वडिलांजवळ गिरविले होते. त्यातूनच 'आबिटुर' नंतर- शालांत परीक्षेनंतर - तिनं सर्वधर्मशास्त्र या विषयाची निवड केली होती. तिचे वडील या चर्चमध्ये सर्वधर्मशास्त्राचे धडे देऊन ख्रिश्चन धर्माची महती पटवून देत होते आणि आई त्याच चर्चमध्ये हरकामं करायला जात होती. एर्ना घरच्या घरी बसून ख्रिश्चन धर्माची महती गात होती. हिंदू धर्म तिच्या खिजगणतीतही नव्हता.

"आई-वडील दोघंही चर्चमध्ये गेले आहेत." असं एर्ना नॉर्ड हिनं सांगताच फ्रान्झ म्यूलर यांनी ओळखलं की, आता उशिरापर्यंत ती दोघं घरी परत येणार नाहीत.

काही वेळ थांबून तिनं विचारलं, "तुम्हाला कसं कळलं, मी आजारी आहे म्हणून?"

तिच्या या प्रश्नावर फ्रान्झ म्यूलर म्हणाले, "तीन-चार दिवस तू वर्गात आली नाहीस म्हणून सहज चौकशी केली. तेव्हा कळलं की, तू आजारी आहेस. कळल्यावर तडक इकडे आलो- तुझी प्रकृति बघण्यासाठी!"

यापूर्वी ते तिच्या घरी काही निमित्तानं दोन-तीन वेळा आले होते आणि त्यांच्यात वाद झडले होते. ते तिचे प्राध्यापक होते आणि ती त्यांची विद्यार्थिनी होती. पण त्यांच्याशी वाद घालताना तिनं त्यांचा मुलाहिजा मुळीच ठेवला नव्हता. त्यांनी हिंदू धर्माची तरफदारी करावी आणि तिनं ख्रिश्चन धर्माची बाजू घेऊन त्यांना खोडून काढावं, असं घडलं होतं. त्यांनी विवेकानंदांची ख्रिश्चन धर्माबद्दलची मतं सांगावीत

आणि म्हणावं, ''विवेकानंदांना हिंदू धर्म सर्वश्रेष्ठ वाटतो!'' यावर तिनं मानभावीपणानं प्रतिप्रश्न करावा, ''कोण विवेकानंद? मी तरी कधी हे नाव ऐकलेलं नाही.''

यावर स्वामी विवेकानंदांचं नाव एर्नाला नुसतं माहीतही नसावं, याबद्दल फ्रान्झ म्यूलर पराकाष्ठेचा खेद व्यक्त करीत.

प्रकरण मग चिडीला जाई आणि एर्ना आपलं नेहमीचं पालुपद म्हणून दाखवी, ''आपली दोघांची प्रकृतीच भिन्न आहे. आपलं कधी पटायचं नाही.''

विद्यापीठातही त्यांच्या खोलीत जाऊन तिनं त्यांच्याशी वाद घातले होते. आणि त्या वादांच्या अखेरीस तिनं आपलं नेहमीचं पालुपद उच्चारलं होतं. आणि आज फ्रान्झ म्यूलर हे तिची प्रकृती बघण्यासाठी तिच्या घरी आले होते. मानसिक प्रकृती नव्हे, तर तिची शारीरिक प्रकृति बघण्यासाठी!

फ्रान्झ म्यूलर यांच्या येण्याचं तिला मुळीच आश्चर्य वाटलं नव्हतं. उलट ती त्यांची वाटच पाहत होती. आपण वर्गात दिसलो नाही म्हणजे ते आपली चौकशी करतील. आपली चौकशी केल्यावर आपण आजारी आहोत हे त्यांना समजेल आणि ते समजल्यावर ते घरी आल्याशिवाय राहणार नाहीत, या गोष्टीची तिनं आपल्या मनाशी खूणगाठ बांधली होती. त्याप्रमाणे ते आले होते. आणि ते आले होते यावरूनच जे काय समजायचं होतं ते ती समजली होती.

गेल्या काही दिवसांत काही तरी घडत होतं खास! फ्रान्झ म्यूलर तिच्याकडे अधूनमधून येत होते. त्यांचे वादविवाद झडत होते. चर्चा चिडीवर जात होती. ही असली भांडणं ताणली जात होती; पण तुटत मात्र काही नव्हतं. मतं पूर्वपश्चिम अशी होत चालली होती, पण मनं मात्र सांधली जात होती.

गेल्या काही दिवसांत एर्नाच्या मनानं हे पक्कं घेतलं होतं की, फ्रान्झ म्यूलर यांच्या अंतःकरणात तिच्याविषयी ओढ निर्माण झालेली आहे. ते आपल्याशी वाद घालतात, पण वाद घालत असताना हा वाद व्हायला नको होता, ही गोष्ट त्यांच्या चर्येवरून तिला स्पष्ट दिसत होती. वाद घालताना त्यांच्या अंत:करणात कालवाकालव चाललेली आहे, हे तिला चटकन् कळून येई. विशेषत: गेल्या पंधरा दिवसांत तिनं त्यांचं बोलणं बारकाईनं टिपलं होतं, त्यांची तिच्याकडे बघण्याची तऱ्हा नीट न्याहाळली होती आणि मनातून जे काय समजायचं होतं ते ती समजली होती. फ्रान्झ म्यूलर यांचं मन आपल्यावर पुरतं जडलं आहे, याविषयी तिला आता कसलीच शंका उरली नव्हती.

मात्र तिला स्वतःच्या मनाचा पुरता थांग लागत नव्हता. आजवर तिची अशीच खात्री होती की, हा सारा प्रकार एकतर्फी आहे. कारण प्रियकरापाशी प्रेयसी भांडते थोडीच? त्याच्याशी वाद घालते थोडीच? त्याच्याशी बोलताना अटीतटीवर येते थोडीच?

ती आपल्या मनाला पुन:पुन्हा बजावीत राहिली होती, हा सारा प्रकार एकतर्फी आहे. आपल्याला त्याविषयी विचार करण्याचं काही कारण नाही. आपण आपलं

जपून असावं म्हणजे झालं!

पण जपायचं म्हणून असल्या गोष्टी जपता येत नाहीत, या गोष्टीची तिला जाणीवही नव्हती. आपल्या मनाशी भांडण करता करता आत खोलवर तिला वाटत राहायचं, की आपलं आणि फ्रान्झ म्यूलर यांचं भांडण वरवरचं आहे. आपण त्यांच्याशी जो वाद खेळतो तो लटका आहे. खऱ्या अर्थानं आपण त्यांच्याशी बोलताना अटीतटीवर येतो थोडेच! त्यांच्या लेखी असेना का हिंदू धर्म श्रेष्ठ आणि माझ्या लेखी ख्रिश्चन धर्म श्रेष्ठ! पण ते नेहमी म्हणतात की, हिंदू धर्म हा सहिष्णू आहे, उदार आहे. मग...

तिला या आपल्या विचाराचं हसू यायचं. सर्वसमावेशक हिंदू धर्म आपल्याला सहज सामावून घेईल, असं तिला वाटत रचं आणि ती खुबीनं हसत राह्यची.

वस्तुतः तिच्या आणि त्यांच्या वयात बराच फरक होता. भारतीय संस्कृतीच्या अभ्यासापायी फ्रान्झ म्यूलर यांनी आपल्या वयाकडे मुळीच लक्ष पुरविलं नव्हतं. त्यांनी पस्तीशी ओलांडली होती, तरी त्यांचा भारतीय संस्कृतीचा अभ्यास संपलेला नव्हता. आपल्या जीवनात ज्ञानार्जनाशिवाय अन्य काही कर्तव्यं आहेत, ही गोष्ट ते साफ विसरले होते. कुठपर्यंत? एर्ना नॉर्ड आणि त्यांची गाठ पडेपर्यंत! फ्रान्झ म्यूलर यांची गाठ पडली ती ऐन विशीतल्या मुलीशी आणि त्यांचं मन नेमकं नको तिथं गुंतलं. आपल्यापेक्षा किती तरी लहान मुलीच्या प्रेमपाशात आपण सापडत आहोत, या गोष्टीची पुरती जाणीव होण्यापूर्वीच त्यांचं मन तिच्या स्वाधीन झालं. त्या बाबतीत बतावणी करण्यासाठी त्यांना सवडच मिळाली नाही. या मुलीवर आपलं प्रेम जडलेलं आहे, या गोष्टीची आपल्या मनाशी प्रांजळ कबुली देऊन ते मोकळे झाले.

एर्ना नॉर्ड हिच्या लक्षात ही गोष्ट यायला मुळीच वेळ लागला नाही. नजरेचे खेळ खेळण्यात आणि बोलण्यातील चतुराई ओळखण्यात तरुण मुली वाकबगार असतात, तशी एर्ना नॉर्डही वाकबगार होती. त्यांच्या प्रेमाला तिनं प्रतिसाद दिला नाहीच, पण उलट प्रसंग पडेल तेव्हा ती म्हणत राहिली, "आपली दोघांची प्रकृतीच भिन्न आहे. आपलं कधी पटायचं नाही!"

उघड रीतीनं ती त्यांना उद्देशून पुनःपुन्हा अशा तऱ्हेनं बोलत होती खरी; पण आपलं अंतर्मन नीट तपासून बघण्याची संधी तिला फारशी आली नव्हती.

तापानं आजारी पडली आणि मग रुग्णशय्येवर पडल्या पडल्या विचार करण्याशिवाय तिला दुसरा उद्योगच राहिला नाही. मनाचा चाळा म्हणून ती फ्रान्झ म्यूलर यांच्याविषयी विचार करू लागली.

त्या दोघांच्या वयात बराच फरक होता. तो प्रश्न तिच्या मनासमोर प्रामुख्यानं येत होता. त्यांच्या वयाविषयी आपल्याला एवढा विचार करण्याचं कारणच काय, असं ती आपल्या मनाला दटावून विचारीत असे. परंतु या विचारण्यापेक्षा तिच्या

मनात त्यांच्याविषयीच्या विचारालाच अधिक जागा मिळे. मग मात्र तिचं मन स्वैर संचार करू लागे.

वाटेल ते करून गगनाला गवसणी घालावी किंवा गगनाला गवसणी घालण्यासाठी वाटेल ते करावं, अशा प्रकारच्या उन्मत्त ऊर्मींचं ते वय. खोटं करून सत्याला टाळण्यापेक्षा सत्याला खुशाल सामोरं जावं, अशा बेबंद वृत्तीचं ते वय. ती काही बोलली नाही तरी आपलं मन तिनं जाणलं होतं. तिच्या अंतःकरणात नव्यानं आणि पहिल्याप्रथमच निर्माण झालेल्या विकारांची ओळख तिला पटली होती. जे जाणायला हवं होतं ते तिनं मनोमनी जाणलं होतं. उच्चार मात्र केला नव्हता. उच्चार करण्याची गरजच नव्हती. सूर्यप्रकाशाचं अस्तित्व शपथेवर थोडंच सांगावं लागतं!

अवघ्या चारच दिवसांपूर्वी एका 'मेडिकल जर्नल'मध्ये तिनं एक लेख वाचला होता. 'पुरुष आणि स्त्री यांच्या वयातील अंतर जितकं अधिक तितकं त्यांचं वैवाहिक जीवन अधिक सुखाचं होतं', असा त्या लेखाचा निष्कर्ष होता. तो लेख वाचत असतानाच तिच्या अंगावर रोमांच उभे राहिले होते आणि तिच्या मनाला गोड गुदगुल्या झाल्या होत्या. वयाचा एक प्रश्न सोडला, तर फ्रान्झ म्यूलर यांच्यात काय कमी होतं? ते दिसायला उमदे होते. वयाच्या मानानं ते अधिक तरुण दिसत. केतकी काया आणि निळे नेत्र हे तर त्यांच्या सौंदर्याचे विशेष होते. ते मोजकेच बोलायचे, पण बोलायची बाकी कधी ठेवीत नसत. त्यांचं बोलणं ऐकणाऱ्याला वाटावं, की हा गृहस्थ एवढंच बोलला हे ठीक झालं! यानं जास्त बोलून करायचं काय? ते बोलत तेव्हा त्याच शब्दातून अधिक अर्थ प्रतीत होत आहे, असं वाटायचं. जणू त्यांच्या मुखातून बाहेर पडलेल्या शब्दांना आणखी जिव्हा फुटायच्या आणि ते शब्द बोलके व्हायचे. त्यांची मुद्रा नेहमी विचारमग्न दिसायची, पण त्यांच्याकडे पाहून वाटायचं, की क्षितिजापलीकडे दडलेल्या अज्ञाताचा शोधच ते घेत आहेत. एखाद्या गोष्टीवर स्थिर झालेले त्यांचे नीलवर्ण नेत्र तर एर्नाला विशेष आवडायचे. त्यांच्या त्या दृष्टीकडे दृष्टी लावून बघत बसावं, असं तिला वाटे. अंगापिंडानं ते थोराड होते; पण ती स्वतःही काही कमी थोराड नव्हती.

असा उमदा, देखणा पुरुष एर्नाला आवडत नसता, तरच नवल! एखाद्या स्त्रीला अमुक एक पुरुष आवडावा आणि आपल्याला तो आवडत नाही असा बहाणा त्या स्त्रीनं करावा, ही प्रणयाची कुठली रीत? एर्नानं प्रारंभी तसा बहाणा केला खरा, पण तो बहाणा आता संपला होता, हेही खरं! विशीच्या उंबरठ्यावर पाऊल ठेवलेल्या त्या मुलीचं मन त्या प्रौढ माणसाच्या मनात गुंतलं होतं, हे आता तिलाही नाकारता येत नव्हतं. बहाणा न करील ते प्रेम कसलं?

या आजारीपणातच पडल्या पडल्या या साऱ्या गोष्टींवर ती विचार करीत असे. फ्रान्झ म्यूलर येण्यापूर्वी तिचा तोच विचार चालला होता. डोळे मिटून ती रुग्णशय्येवर

पडली होती; पण तिला झोप लागली नव्हती. ती याच एका गोष्टीवर विचार करीत होती. एखाद्या लहान मुलानं नव्या खेळण्याकडे बघावं, त्याप्रमाणे आपलं मन ती तपासून पाहत होती.

तिचे आई-वडील लवकर घरी येणार नव्हते. आज चर्चमध्ये परदेशी पाहुणे येणार होते. त्यांना चर्चची सारी माहिती द्यायची होती. तिच्या आई-वडिलांना तिथे थांबावं लागणार होतं. घरी यायला त्यांना उशीर होणार होता. म्हणून फ्रान्झ म्यूलर यांनी तिला विचारलं, ''औषध आणायचं आहे का?''

यावर ती हसली आणि खिडकीबाहेर बघत म्हणाली, ''आता औषध हवं आहे कुणाला? तुम्ही आलात. मी आता आपली आपण बरी होईन.''

असं म्हणून ती खिडकीबाहेर बघत राहिली.

तिच्या बोलण्यातला अभिप्राय फ्रान्झ म्यूलर यांच्या चटकन् लक्षात आला नाही; पण तो अभिप्राय जेव्हा त्यांच्या लक्षात आला तेव्हा ते काहीसे गोंधळले आणि तो अभिप्राय पडताळून बघण्यासाठी त्यांची शोधक दृष्टी तिच्यावर खिळून राहिली. त्याच वेळी तिनं मान वळवली. निळ्या नेत्रांची नजर परस्परांत गुंतली, पण क्षणभरच! तिच्या गालांवर लाली पसरली आणि लाजून तिनं मुरका मारला तो खिडकीबाहेर बघतच! 'आम्ही नाही जा!' असंच जणू तिला म्हणायचं होतं.

अद्याप ती खिडकीच्या बाहेरच बघत होती. निळसर असलेल्या तिच्या टपोऱ्या डोळ्यांवर बाहेरचा अंधूक प्रकाश पडला होता; तिच्या डोळ्यांतील चमक स्पष्ट दिसत होती. तिचे काहीसे सोनेरी केस वाऱ्यानं भुरभुरत होते आणि तिचा गोरापान विशाल भालप्रदेश झाकाळून टाकत होते. ते दृश्य मोह पाडणारं होतं. आपलेपणाची जाणीव परस्परात निर्माण झाली होती. प्रेमाचा हक्क बजावण्याचा क्षण जवळ येत चालला होता. फ्रान्झ म्यूलर तिच्या बिछान्याजवळ आणखी सरकले. तोच तिने त्यांच्याकडे पाहिलं; आणि परस्परांना कळलेलं, पण आतापर्यंत अंतःकरणात दडवून ठेवलेलं एखादं गुपित उघडं करावं त्याप्रमाणे ती म्हणाली, ''फ्रान्झ, तुम्हाला खरं सांगू? तुम्ही मला पुरतं जिंकलं आहे.''

यापेक्षा फ्रान्झ म्यूलर यांना तरी आणखी काय हवं होतं?

तिच्या या बोलण्यावर त्यांनी दुसरं-तिसरं काही केलं नाही. ते खाली वाकले आणि त्यांनी आपले ओठ तिच्या ओठांवर टेकले. प्रथम एकदा आणि नंतर ती गुदमरून जाईपर्यंत! तिनं आपले डोळे मिटून घेतले होते. जे हवं होतं ते पदरात पडल्याच्या आनंदात! खुषीत!

आता पुन्हा ते तसं काही करणार नाहीत याची खात्री झाल्यावर आपले निळे डोळे किलकिले करून तिनं विचारलं, ''हे काय?''

फ्रान्झ म्यूलर हसत म्हणाले, ''तूही मला जिंकलं आहेस याचं हे उत्तर!!''

❖❖

त्यांच्या लग्नानंतर फ्रान्झ म्यूलर यांनी एर्नाला जेव्हा पहिल्या एकांतात जवळ घेतलं तेव्हा ते म्हणाले, "आपलं लग्न का झालं, ठाऊक आहे?"

एर्नानं त्यांच्याकडे प्रश्नार्थक कटाक्ष टाकला तेव्हा तिची हनुवटी उचलून फ्रान्झ पुढे म्हणाले, "आपली टक्कर झालेली तुला आठवतं ना? त्या टकरीमुळे आपण एकत्र आलो. आपली..."

त्यांच्या कुशीत शिरत एर्ना मध्येच म्हणाली, "पण आता विचारांच्या टकरीमुळे आपण परस्परांपासून दूर तर जाणार नाही ना?"

तिला अधिक जवळ घेत फ्रान्झ म्यूलर म्हणाले, "मी बरी जाऊ देईन तुला दूर! आपली वर्गाबाहेर टक्कर झाली तेव्हा काही विद्यार्थी ओरडले होते, सर्व धर्मांचं मीलन झालं! मग दूर जायची आता बात कशासाठी?.. तुला आठवतं का गं ते? - विद्यार्थी काय म्हणाले होते ते?"

तिनं होकारार्थी मान हलवली.

त्यांनी पुढे विचारलं, "आणखी काय आठवतं?"

"खूप खूप गोष्टी आठवतात."

"तुझ्या आजारीपणातला तो प्रसंग आठवतो?"

नकारार्थी मान हलवीत ती खट्याळपणानं हसली तेव्हा फ्रान्झ म्यूलर यांनी तिच्या गालावर पुनः पुन्हा आपले ओठ टेकले. त्यामुळे बेजार होऊन ती म्हणाली, "हो, हो, आठवतं. सारं सारं आठवतं."

"आणखी काय आठवतं?"

या त्यांच्या प्रश्नावर ती त्यांच्याकडे प्रश्नार्थक मुद्रेनं बघत राहिली तेव्हा ते म्हणाले, "आणखी एक प्रसंग तुला आठवायला हवा."

"कोणता?"

"तू आजारीपणातून बरी झालीस. आपल्या लग्नाला साऱ्यांनी संमती दिली. तुला वाटलं होतं, की तुझी आई संमती देईल की नाही? तुझी आई काय म्हणाली, आठवतं तुला?"

एर्ना गप्प बसली तेव्हा फ्रान्झ म्यूलर म्हणाले, "नाहीच आठवायचं! तुझा स्वभाव भांडकुदळ म्हणून तुझ्या आईला कोण काळजी पडली होती! पण..."

"पण तुम्ही ती काळजी दूर केली असंच ना?"

यावर फ्रान्झ म्यूलर म्हणाले, "आपण मग विचारविनिमय करण्याच्या निमित्तानं रात्री बाहेर गेलो. तुला आठवत नसेल, पण मला पक्कं आठवतं. पौर्णिमेची रात्र होती. सारं घरदार चंद्रप्रकाशात न्हाऊन निघत होतं. आपण घरातून बाहेर पडलो

तेव्हा आपल्या गल्लीतील घरांच्या सावल्या पश्चिमेला पडल्या होत्या; आणि आपण परत आलो तेव्हा त्या सावल्या पूर्वेकडे झुकल्या होत्या.''

''बरंच आठवतं की तुम्हाला!''

फ्रान्झ म्यूलर यांना ती चंदेरी रात्र खरंच जशीच्या तशी आठवत होती.

एरवी मोजके शब्द बोलणारे फ्रान्झ म्युलर, पण त्या दिवशी त्यांच्या बोलण्याला खळ पडत नव्हती. घराबाहेर पडून ती दोघं नदीच्या मार्गाला लागली तेव्हा अभावितपणानं त्यांचे हात परस्परात गुंतले होते. चालताना खांद्याला खांदे लागत होते... दृष्टीत दृष्टी मिसळत होती. दोघांच्याही चेहऱ्यावर आतुरता ओसंडून आली होती. दोघांनाही परस्परांकडून काही तरी हवं होतं. ते घेण्यासाठी दोघंही आतुर झाले होते.

पुलाची काही तरी दुरुस्ती चालली होती. दगडी चौखंडे विखरून पडले परमावधी सहन झाली नाही म्हणजे माणूस ज्याप्रमाणे उद्‌गार काढतो तसा तो उद्‌गार होता.

पुलाच्या मध्यभागी परस्परांना खेटून जेव्हा ती दोघं पूर्वाभिमुख अशी उभी राहिली, तेव्हा क्षणभर त्यांना वाटलं, स्वर्ग म्हणतात तो हाच! सारं आकाश रूपेरी रंगानं मढवलं होतं. पौर्णिमेच्या चंद्रांतून चंदेरी कांती पाझरत होती. टेकड्यांवर गर्दी करून उभ्या असलेल्या फरवृक्षांची कांती रूपेरी बनली होती. टेकड्यांवर आणि पायथ्याशी उभ्या असलेल्या बंगल्यांतून प्रकाश बाहेर येत होता, तोही चंद्रप्रकाशाशी प्रकाशसंगती साधत होता. नेकरच्या वाहत्या जलाशयात चंद्राचं प्रतिबिंब पडलं होतं, तेही वाहत जात असल्याचा भास होत होता. नदीच्या दोन्ही बाजूंच्या रस्त्यांवरून जाणारी वाहनं मंदावली होती.

एखाद्या रंगमंचावर एखादा आकर्षक देखावा मांडून ठेवावा, तसं ते दृश्य दिसत होतं. पुलावर फारशी वर्दळ नव्हती; आणि जी होती ती अशाच प्रकारची होती. प्रेमी युगुलं हातात हात घालून आणि खांद्याला खांदा लावून चालली होती. ते विश्व त्या दोघांचं होतं आणि सभोवतालच्या विश्वाकडे त्यांचं लक्ष नव्हतं. स्वर्गातील चंदेरी पुष्पशय्येवरून ही प्रेमाची दुनिया हळूहळू पावलं टाकीत चालली होती. सुखाच्या जाणिवेशिवाय त्यांना दुसरी कसलीच जाणीव नव्हती.

नदीच्या पाण्यात पडलेल्या हलत्या चंद्रबिंबाकडे बोटं दर्शवीत फ्रान्झ म्यूलर म्हणाले, ''एर्ना, किती सुरेख दिसतं ते!''

एर्नानं त्यांच्यासमोर तोंड करून विचारलं, ''काय?''

चटकन् तिच्या ओठांचं चुंबन घेऊन ते म्हणाले, ''हेच ते! तुझं तोंड! हे तुझे ओठ - लालचुटूक!''

तिनं आपलं तोंड वळवलं आणि ती घाबऱ्या घाबऱ्या म्हणाली, ''असं काय

हो करता? इथे असं करायचं? पाहील की कुणी!''

''इथे कोण पाहणार आहे. आणि आपण इथे बोलायला आलो आहोत ना?''

मग फ्रान्झ म्यूलर तिला एकदम जवळ ओढून पुढे म्हणाले, ''होय, होय. आपल्याला हेच बोलायचं आहे, याच विषयावर चर्चा करायची आहे- आपलं लग्न! आणि बोलायचं असेल, तर ते शब्दांनीच बोललं पाहिजे असं कुणी सांगितलंय?''

असं म्हणून त्यांनी तिची भराभर चुंबनं घेतली- लटक्या रागानं ती दूर होईपर्यंत!

भांडकुदळ मुलीला त्यांनी पत्करलं होतं.

हा सारा प्रसंग सांगून झाल्यावर फ्रान्झ म्यूलर यांनी तिला विचारलं, ''हा प्रसंग तुला आठवतो? तो पूल, ते चांदणे... .आणि.. .आणि...''

''आता पुरे हं!'' असं तिनं म्हणत असतानाच त्यांना हवं ते त्यांनी केलं आणि तिला ते हवं असताना तिनं त्यांच्यापासून दूर सरकल्यासारखं केलं.

फ्रान्झ म्यूलर यांच्या मिठीतून दूर होणं आता तिला शक्य नव्हतं.

❖❖

हैडेलबर्ग विद्यापीठातून सेवानिवृत्त झाल्यावर मानफ्रेड म्यूलर यांना एकच उद्योग उरला होता. भेटेल त्याला भारतीय संस्कृतीची महती पटवून देण्याचं वेड जणू त्यांना लागलं होतं. आपली विद्यापीठातील नोकरी आटोपून फ्रान्झ म्यूलर हे संध्याकाळच्या वेळी घरी येत आणि मग त्या पिता-पुत्राची जी तत्त्वचर्चा सुरू होई ती कधी कधी उत्तर रात्रीपर्यंत संपतच नसे. वाट बघून बघून एर्ना अगदी कंटाळून जाई. गीतापठण करून गीतेचे गोडवे गाताना त्या पिता-पुत्राला मात्र कधी कंटाळा येत नसे. त्यांची पोपटपंची तिला अगदी नकोशी वाटे. त्यांची ती आध्यात्मिक चर्चा संपण्याचा रंग दिसला नाही म्हणजे कधी बिछान्यावर तर कधी उघड्यावाघड्या जमिनीवर ती निद्राधीन होऊन जाई. फ्रान्झ म्यूलर जेव्हा तिला हलवून जागं करीत तेव्हा क्वचितप्रसंगी मध्यरात्र झालेली असे. अशा वेळी ती वैतागून म्हणे, ''झाली तुमची चर्चा! अशा चर्चेतून तुम्हाला कदाचित् स्वर्गही मिळेल, पण माझ्या वाट्याला मात्र हा नरक आलेला आहे.''

फ्रान्झ म्यूलर तिला समजावीत, ''अगं, असं बोलू नाही. नेहमी दुसऱ्याला समजावून घेण्याचा प्रयत्न करावा.''

''हे तत्त्व तुम्हाला लागू नाही वाटतं?''

या तिच्या बोलण्यावर फ्रान्झ म्यूलर निरुत्तर होत. एकदा तर एर्ना त्यांना उद्वेगानं म्हणाली, ''तुम्ही लग्न तरी कशाला केलंत कुणास ठाऊक!''

यावर फ्रान्झ म्यूलर थट्टेच्या स्वरात म्हणाले, ''वंशवृद्धीसाठी! पुत्रप्राप्तीशिवाय

स्वर्गात स्थान मिळत नाही, असं हिंदूधर्मशास्त्रात सांगितलं आहे!''

एर्ना चिडून म्हणाली, ''त्यापेक्षा वंश खंडला तरी चालेल. पुन्हा घरात हे असंच चालायचं ना? होणारा मुलगा पुन्हा याच मार्गाला लागायचा ना? हिंदू धर्माच्या! त्यापेक्षा मी तशीच राहिले तरी चालेल! खरंच! अगदी खरंच!''

तिच्या या बोलण्यावर आता काय बोलावं असा उद्वेगाचा विचार फ्रान्झ म्यूलर यांच्या मनात येत होता. एवढ्यात एर्नाच बोलू लागली. म्हणाली, ''खरंच, तुम्हाला काहीच कसं वाटत नाही! नव्यानं लग्न झालेल्या मुलीच्या भावना काय असतात, याची काहीच कल्पना करता येत नाही तुम्हाला? नव्यानं लग्न झालेल्या मुलीचा छळ करावा, असं सांगितलं आहे तुमच्या त्या लाडक्या हिंदू धर्मात? काय? सांगितलं आहे तरी काय? सांगा की! कशाला लग्न लावलंत, असं वागायचं होतं तर? भावनाशून्य, कोरडं, कसलाच ओलावा नसलेलं वागणं! काय करू मी आता? कशा जाळू माझ्या भावना? आणि तुम्ही....''

ती रडायच्या बेतात आली होती. संतापानं थरथर कापत होती. तिच्या भावनांचा बांध फुटला होता. आपल्या मनाला आवरणं तिला शक्य नव्हतं.

परंतु फ्रान्झ म्यूलर यांनी शांतपणानं म्हटलं, ''तुला काय हवं ते सांग, पण हिंदू धर्माला कशाला उगाच दोष देतेस? संयम हा तर हिंदू धर्माचा आत्मा आहे.. तेव्हा.....''

त्यांचं बोलणं पुरं होण्याचीही तिनं वाट पाहिली नाही. ती एकदम उसळून म्हणाली, ''आग लावा तुमच्या त्या संयमाला! इकडे माझ्या मनात आग पेटली आहे, अंतःकरणात डोंब उसळला आहे. म्हणे संयम! शरीराचा कणन् कण ओरडून उठला आहे- वासनेनं! होय, होय वासना! तारुण्यसुलभ वासना! काय लाज वाटायचं कारण आहे? तारुण्यातील लग्न कशासाठी असतं?...मग नुसतंच प्रेम का नाही करीत बसला?.. .दुरून... अंतरावरून...कशाला जवळ घेतलंत? कशाला चुंबनांचा वर्षाव केलात? कशाला घट्ट मिठीत घेतलंत....त्या दिवशी चांदण्यात? कशाला आग भडकावलीत?.. .आणि आता ती विझवायला सांगता? संयमानं? तुमच्या त्या भोंदू खोट्या हिंदू धर्माचा दाखला देऊन? खोटा आहे तुमचा तो धर्म....आणि तुमचा तो विश्वास! असं जाळू नका मला...ऐन तारुण्यात!...''

वात झाल्याप्रमाणे मग ती अशा तऱ्हेनं किती तरी वेळ बोलत राहिली.

फ्रान्झ म्यूलर शांत होते. त्यांच्या मतानं ज्ञानी लोकांनी अज्ञानी लोकांशी जसं वागावं, तसंच ते वागत होते.

बोलता बोलता जेव्हा तिची काया अनावर संतापानं थरथर कापू लागली तेव्हा त्यांनी तिला जवळ घेतलं, पाठीवर थोपटलं. तिच्या नेत्रातील अश्रू जेव्हा त्यांनी पुसण्याचा प्रयत्न केला, तेव्हा ती त्यांना अधिकच बिलगली आणि स्फुंदून स्फुंदून

रडू लागली.

तिच्या सोनेरी केसांवरून त्यांनी हलके हलके हात फिरवला आणि तिच्या ओठांचं चटकन् चुंबन घेत ते म्हणाले, "वेडी कुठली! हास बघू आता!"

ती मंदशी हसली. ढगांमधून जणू चंद्रकोर बाहेर येत आहे, असं त्यांना वाटलं.

❖❖

मानफ्रेड आणि फ्रान्झ या पिता-पुत्राचं भारतीय संस्कृतीविषयीचं वेड दिवसेंदिवस वाढत होतं; आणि त्याच प्रमाणात एर्नाचा द्वेषही वाढत होता. दोन टोकं दोन दिशांना चालली होती. ती कधी मिळतील जुळतील असा संभव उरला नव्हता. कुणी कुणाला समजावून घेण्याचा प्रयत्न करीत नव्हतं. मानफ्रेड-फ्रान्झ या पिता-पुत्राला एर्नाचा मार्ग पसंत नव्हता. एर्नाला त्या दोघांचं वागणं पसंत पडत नव्हतं. कोणत्याही धर्माची कास धरली तरी मनःशांतीच पदरात पडायला हवी ना? पण त्यांच्यापैकी कुणाच्याच पदरात मनःशांती पडत नव्हती. मार्ग चुकत असेल, तर तो साऱ्यांचाच चुकत असण्याचा संभव होता. परंतु तसं कुणालाच वाटत नव्हतं. मानफ्रेड आणि फ्रान्झ हे दोघं हिंदू धर्माच्या पाठीमागे धावत होते ते शांततेसाठीच आणि त्यांनी हातचा धर्म सोडून हिंदू धर्माच्या पाठीमागे धावू नये, असं एर्नाला मनापासून वाटत होतं, तेसुद्धा शांततेसाठीच! परंतु आपापल्या मार्गांनी जात असताना त्यांचं सारं घर अशांत झालं होतं, अस्वस्थ बनलं होतं. शांतता त्या घराला सोडून परागंदा झाली होती.

भारतीय संस्कृतीबद्दल आपल्या अंतःकरणात एवढं प्रेम का निर्माण झालं आहे याविषयीची तीच तीच हकिगत मानफ्रेड म्यूलर हे भेटेल त्याला अगदी रंगवून सांगत. त्यांच्या मुलाची पत्नी म्हणून एर्नानं त्यांच्या घरात पहिलं पाऊल टाकलं तेव्हा तिलाही त्यांच्या तोंडून तीच हकिगत ऐकायला मिळाली होती.

एर्नाला ती हकिगत सांगताना मानफ्रेड म्हणाले होते, "अगं भारतीय संस्कृतीचा हा उज्ज्वल ठेवा एका फार मोठ्या महापुरुषाकडून आपल्या घराण्याला लाभलेला आहे. तुला स्वामी विवेकानंद यांचं नाव ऐकून माहीत आहे."

फ्रान्झ म्यूलर यांच्याशी बोलताना स्वामी विवेकानंदांचं नाव माहीत नसल्याचा तिनं जरी बहाणा केला असला, तरी मानफ्रेड यांच्याशी बोलताना होकारार्थी मान हलवित ती म्हणाली, "विद्यापीठात शिकत असताना मी सर्व धर्मांची तोंडओळख करून घेतलेली आहे. स्वामी विवेकानंदांना मी चांगली ओळखते."

यावर मानफ्रेड अधिक आनंदून म्हणाले, "तू त्यांचं तत्त्वज्ञान वाचलं असशील, पण मला प्रत्यक्ष त्यांचं दर्शन झालेलं आहे; आणि त्यांच्या तोंडून भारतीय धर्मसंस्कृतीची महती ऐकण्याचं भाग्य मला मिळालं आहे."

एवढं बोलून ते काही काळ थांबले. मग त्यांचं मन भूतकाळात वावरू लागलं. त्यांनी आपले नेत्र काही काळ मिटून घेतले आणि डोळे उघडून ते बोलू लागले. म्हणाले, ''आपल्या देशात स्वामीजी आले होते. तेव्हा त्यांची व मॅक्सम्यूलर यांची भेट झाली. त्या वेळी मॅक्सम्यूलर यांनी मला मुद्दाम बोलावून घेतलं आणि स्वामीजींच्या पायावर घातलं. स्वामी विवेकानंदांची ती तेज:पुंज मूर्ती पाहून माझे डोळे अक्षरशः दिपले. मी त्यांच्याकडे बघतच बसलो.''

थोडा वेळ थांबून मानफ्रेड पुढे सांगू लागले, ''परंतु त्या दिवशी प्रथम स्वामीजी मुळीच बोलले नाहीत. मला पक्कं आठवतं. प्रथम बोलणं काढलं ते मॅक्सम्यूलर यांनी! आणि तेही हिंदू धर्माबद्दल - त्या धर्माच्या प्रशस्तीचं! मॅक्सम्यूलर सांगत होते की, मरणोत्तर अक्षयसुख प्राप्त करून घेण्याकडेच या साऱ्या हिंदूंची प्रवृत्ती असते. म्हणून या ऐहिक व्यवहारात ती मंडळी अलिप्त वृत्तीनं वागतात. ऐहिक जगात ज्या परमेश्वराशी त्यांचा चिरवियोग झालेला असता, त्या परमेश्वराशी एकरूप होण्याचा त्यांचा प्रयत्न असतो. परमेश्वराशी एकरूप होऊन शाश्वत आनंदाचा उपभोग घेण्यासाठी त्यांच्या मनाची अखंड तळमळ असते. The hindus enters the world as a stranger हे वाक्य तर मॅक्सम्यूलर पुनःपुन्हा सांगत होते. मला तर ऐकून कंटाळा आला बघ!''

एर्नाला वाटलं, त्यांना सांगावं, ''तुमचंही हे सारं पुन:पुन्हा ऐकून मला कंटाळा आला आहे.''

परंतु तिला तसं बोलणं शक्य झालं नव्हतं.

मानफ्रेड पुढे म्हणाले, ''परंतु त्या दिवशी स्वामी विवेकानंदांनी हिंदू संस्कृतीबद्दल जे सांगितलं ते ऐकून माझे कान अक्षरशः तृप्त झाले. माझ्या अंत:करणातून आनंदाचे पाट वाहू लागले. अस्मान मला ठेंगणं वाटू लागलं. जणू विश्वातील सौख्याचा ठेवा माझ्या हाती आला. काय सांगू एर्ना, माझ्या आनंदाला पारावार उरला नाही.''

मानफ्रेड म्यूलर यांचं बोलणं काही केल्या थांबत नसे. ती सारी हकिगत सांगताना ते अगदी रंगून जात.

आपली हकिगत पुढे चालू करताना ते म्हणत, ''स्वामीजींच्या भेटीनंतर माझं भारतप्रेम निर्माण झालं, असं मात्र मुळीच नाही. माझ्या मनात ते बीजरूपानं फार पूर्वीपासून वावरत होतं. मी स्वामीजींना त्याचं कारण विचारलं तेव्हा ते म्हणाले, की तुमची ती मूळ प्रेरणा आहे. माणसानं नेहमी अंतःप्रेरणेनं वागावं. त्या अंत:प्रेरणेत पूर्वजन्मीचे संस्कार बीजरूपानं वावरत असतात.

''यानंतर मी स्वामीजींना विचारलं, 'जगातील सर्व धर्मांत सर्वश्रेष्ठ धर्म कोणता?' स्वामीजींनी तात्काळ उत्तर दिलं, 'मानवधर्म! आपण सारे मानव आहोत, तेव्हा

अखिल मानवजातीचा जो उद्धार करतो तो मानवधर्म श्रेष्ठ! मात्र धर्म हा आमच्या हिंदूंचा जीवितहेतू असला पाहिजे. आमच्या हिंदूराष्ट्राचा आत्माच मुळी धर्म हा आहे. म्हणून हिंदूराष्ट्र व त्या राष्ट्राची संस्कृती आम्ही श्रेष्ठ मानतो.'

"पुढे बोलताना स्वामीजींनी एक फारच सुरेख दृष्टान्त दिला. ते म्हणाले, 'तसं पाहिलं तर साऱ्या धर्माचं स्वरूप एकच आहे. समजा, एखादी भव्य इमारत आहे. त्या इमारतीचे वेगवेगळ्या दिशांनी फोटो घेतले तर त्या इमारतीचं स्वरूप वेगळं वेगळं दिसेल, पण त्यामुळे ती इमारत वेगळी आहे, असं थोडंच ठरणार आहे? सर्व धर्मांचं स्वरूप अखेरीस एकच असतं.'

"त्यांच्या विलक्षण तेजस्वी नेत्रांकडे मी बघत राह्यचा. त्यांची ती तेजस्वी दृष्टी अज्ञाताच्या पलीकडे लागलेली आहे आणि अज्ञाताच्या पलीकडे असलेलं ज्ञान ते आपल्याकडे खेचून आणीत आहेत, असं वाटायचं. किती तरी गोष्टींचं आम्हाला त्यांच्याकडून ज्ञान झालं. फार मोठी विभूती आणि फार मोठा त्यांचा तो हिंदू धर्म!"

एर्नानं एकदा त्यांना विचारलं, "पण त्या हिंदू धर्मात तेहतीस कोटी देवदेवतांची कल्पना आहे. ती हास्यास्पद वाटत नाही का? आणि त्यांची ती मूर्तिपूजा?"

समजावणीच्या स्वरात मानफ्रेड म्यूलर यांनी उत्तर दिलं, "आम्हाला स्वामीजींनीच या प्रश्नाचं उत्तर देऊन ठेवलेलं आहे. बरं विचारलंस!"

मग आपल्या प्रतिपादनाची मनातल्या मनात जुळणी करीत मानफ्रेड म्यूलर पुढे म्हणाले, "हिंदू धर्मात अनेक देवदेवतांची कल्पना रूढ आहे, हेच मुळी चुकीचं विधान आहे. परमेश्वर हा जसा सर्वसाक्षी आहे त्याचप्रमाणे तो सर्वगुणसंपन्नही आहे. ही कल्पना आपल्यालाही मान्य आहे. कोणताही हिंदू भक्त आपल्या इष्ट देवतेवर त्या सर्व गुणांची योजना करतो किंवा एकेका गुणाचं देवरूपी एकेक प्रतीक मानतो. ही विविध रूपं म्हणजे केवळ बाह्य चिन्हं होत. इतकं कशाला, हे सारं विश्व हेही एक चिन्हच आहे. आकृती, मूर्ती, घंटा, धूपदीप, ग्रंथ, देवळं, मशिदी, प्रार्थनामंदिरं ही सारी पावित्र्याची द्योतक असली, तरी केवळ बाह्य चिन्हं आहेत. ख्रिस्ती माणसाला प्रार्थनेसाठी प्रार्थनामंदिर कशाला हवं? क्रुसाच्या खुणेत पावित्र्य कसं आलं? प्रार्थना करताना आकाशाकडे डोळे लावण्याची काय गरज आहे? जुन्या कॅथॉलिक पंथाच्या लोकांना अनेक मूर्तींची गरज का भासली? एक गोष्ट तू लक्षात ठेव- या बाह्य साधनांच्या द्वारेच अनादि, अनंत, अव्यक्त आणि निर्गुणनिराकार अशा त्या परमेश्वराची प्राप्ती आपल्याला करून घ्यायची असते. होय. सगळ्यांनाच! स्वामीजी हेच सांगत असत."

हिमालयात ध्यानस्थ बसलेली शंकराची मूर्ती आणि भगवद्‌गीता या दोन वस्तू स्वामी विवेकानंद यांनी मानफ्रेड म्यूलर यांना भेट म्हणून दिल्या होत्या, त्याही मोठ्या आदरानं दाखविण्याचं काम मानफ्रेड म्यूलर हे न चुकता करीत असत. एर्नालाही

त्यांनी त्या दोन्ही वस्तू घराण्याचा एक अमोल ठेवा म्हणून दाखविल्या होत्या; आणि ते म्हणाले होते, ''शंकराच्या जटेतून वाहणारी ही गंगा नदी पाहा. आपली नेकर नदी या नदीपुढे तुच्छ ठरेल. या गंगा नदीचा इतिहासही मोठा उज्ज्वल आहे, उदात्त आहे. ही नदी भगीरथानं आपल्या भगीरथ प्रयत्नांनी स्वर्गातून खाली आणली आणि हिचा पहिला प्रपात भगवान शंकरानं आपल्या मस्तकावर धारण केला. इतर कुणाला ते शक्य होतं काय? ते हे प्रतापी भगवान शंकर आणि ती ही परमपवित्र गंगा नदी. तुला माहीत नसेल, पण आंग्ल कवी वर्डस्वर्थ यानं या गंगा नदीचं स्तवन केलं आहे. खरं म्हणजे साऱ्या जगानं हिला पवित्र मानलं पाहिजे- हो, आपणही! मृत्यूच्या दारी असलेल्या कोणत्याही हिंदू माणसाच्या मुखात या नदीचं पवित्र तीर्थ घातलं जातं आणि मृत्यूनंतर त्याच्या अस्थी याच नदीच्या पवित्र तीर्थात विसर्जन करण्यात येतात. त्यामुळे माणसाला स्वर्गात प्रवेश मिळतो.''

भगवद्‌गीतेविषयी मानफ्रेड आपल्या घरात पुनःपुन्हा बोलत असत. ते म्हणत, ''भगवद्‌गीता हा हिंदू धर्माचा एक अमोल ठेवा आहे; नव्हे अखिल मानवजातीला प्रकाश देणारा तो महान ग्रंथ आहे. त्या ग्रंथात आत्म्याचं जे स्वरूप वर्णन केलं आहे ते किती समर्पक आहे! खरं पाहिलं तर, जगातील इतर धर्मांना आत्माची खरीखुरी ओळखच पटलेली नाही. गीतेच्या रूपानं हिंदू धर्माला ती ओळख पुरेपूर पटलेली आहे.''

मग मानफ्रेड म्यूलर आत्म्याचं वर्णन करायला लागत. ते आवर्जून सांगत, ''आत्मा हा अनादि, अविनाशी, अविकार्य, अव्यय, अव्यक्त, अगोचर, अचिंत्य आणि अद्भुत असा आहे. तो कधी- ''

बोलण्याच्या ऐन ओघात एर्ना त्यांना मध्येच थांबवून एकदा म्हणाली होती, ''हिंदू धर्मातील हे आत्म्याचं आणि पुनर्जन्माचं खूळ मला मोठं विचित्र वाटतं. एकच आत्मा एका देहातून निघून दुसऱ्या देहात प्रवेश करतो, हीच गोष्ट मुळी पटत नाही.''

यावर प्रतिप्रश्न करताना मानफ्रेड म्हणाले होते, ''आपल्या कॅथॉलिक धर्मातील आत्मे अनंतकालपर्यंत पडून राहतात आणि न्यायाच्या त्या एका दिवशी त्या साऱ्या आत्म्यांचा एकदम उद्धार होतो, ही गोष्ट तरी मनाला पटते का? केव्हा येतो तो न्यायाचा दिवस कुणास ठाऊक!''

''हिंदू धर्माप्रमाणे पुनर्जन्म असतो याला तरी काही प्रमाण आहे?''

एर्नाच्या या प्रश्नावर मानफ्रेड यांनी मोझार्ट, पगानिनी आणि बीटहूव्हन या संगीत रचनाकारांची नावं सांगून ते पुढे म्हणाले, ''हे सारे आपल्याकडलेच संगीतरचनाकार आहेत. अगदी लहान वयात त्यांनी जी संगीतरचना केली ती पाहून मन थक्क होतं. वयाच्या अवघ्या आठव्या वर्षी बीटहूव्हन यानं आपलं नाव गाजवलं. बालपणीच तो

व्हिएन्नाला गेला, त्या वेळी बॉनमधील भल्या भल्या धेंडांनी त्याच्या प्रवासासाठी पैका गोळा केला. व्हिएन्नाला गेल्यावर तो एकदम मशहूर झाला.''

मानफ्रेड म्यूलर थोडा वेळ थांबले. अशा प्रकारच्या गोष्टी बारीकसारीक तपशिलासह सांगताना त्यांना कधी कंटाळा म्हणून येत नसे आणि ऐकणाऱ्याला कंटाळा आला, तरी तो कधी त्यांच्या गावी नसे. एखादी हकिगत सांगताना मूळचं सूत्रही त्यांच्या ध्यानात राहत नसे. ऐकणाऱ्याचंही अवधान नसल्यामुळे त्यालाही ते सूत्र पकडता येत नसे. त्यांच्या बोलण्याची गाडी एका मुद्द्यावरून सुटून कोणत्याही मुद्द्यापाशी येऊन थांबत असे. मग ते स्वतःच गोंधळून जात आणि समोरच्या माणसाला विचारीत असत, ''हं! काय सांगत होतो बरं?''

आणि मग ते स्वतःच पुढे म्हणत, ''हो! आलं लक्षात! बीटहूव्हन याच्याविषयी सांगत होतो नाही का! आपल्याकडलं जाऊ दे! भारतातील ज्ञानेश्वरांचं नाव तू ऐकलं आहेस? पोरवयात जगाला थक्क करणारा 'ज्ञानेश्वरी' या नावाचा ग्रंथ त्यांनी लिहिला. त्या ग्रंथापुढे आपल्या मॅक्सम्यूलरसाहेबांची मानही खाली वाकत असे. या बालवयात कुठून आलं त्यांना हे ज्ञान? काही हिशेब आहे? काही तर्क लढवता येतो का? त्यांच्या ठायी जे प्रातिभज्ञान आलं त्याच्या खुणा गतजन्मातच शोधाव्या लागतील ना? मग हिंदू धर्मातील पुनर्जन्माच्या कल्पनेची थट्टा करण्यात काय अर्थ आहे?''

आणि अशा वेळी नेमके फ्रान्झ म्यूलर तेथे हजर झाले तर मग काही विचारू नका. वेदांतील व उपनिषदांतील संदर्भ भराभरा जागृत व्हायचे. मग मानफ्रेड म्यूलर यांना प्रतिपादनाचं जे काय स्फुरण चढे, त्याचं वर्णनही करता येणं शक्य नाही.

केवळ एवढी तत्त्वचर्चा करून हे बापलेक थांबले असते, तरी काही हरकत नव्हती; परंतु या तत्त्वचर्चेबरोबरच त्यांच्या घरात हिंदू धर्मांतील काही रीतीरिवाजही डोकवायला लागले होते.

एकदा त्या पिता-पुत्रानी ठरवलं की, आपल्या घरात कृष्णजन्माचा उत्सव साजरा करायचा, श्रीकृष्णजन्माची महती कथन करताना मानफ्रेड म्यूलर सांगू लागले, ''श्रीकृष्ण हा गवळ्याचा मुलगा. तो देव बनला. आपल्याकडील एका कवीने म्हटलं आहे की, ईश्वर खनिजकोटीत झोप घेतो, वनस्पतिकोटीत स्वप्नसुख घेतो व तो मनुष्यकोटीत जागृत होतो. श्रीकृष्ण हा असाच मनुष्यकोटीत जागृत झाला. भारतीयांची अवताराची कल्पना ती हीच! साधा गवळ्याचा मुलगा देव बनला, याचा अर्थ भारतात लोकतंत्र राज्यपद्धत फार पुरातन काळापासून चालू होती. श्रीकृष्णानं आपल्या गीतेत जे तत्त्वज्ञान सांगितलं आहे, ते वस्तुतः उभ्या जगाला उद्देशून सांगितलेलं आहे. श्रीकृष्ण हा वास्तविक जगाचा देव आहे.''

हे ऐकत असताना एर्नाच्या मनात चीड निर्माण होत होती. तिला त्यांच्या बोलण्याचा, वागण्याचा अर्थ कळेनासा झाला होता. गोष्टी जोपर्यंत केवळ बोलण्याच्या

मर्यादित होत्या, तोपर्यंत तिनं मर्यादा पाळली. बोलण्याच्या भरीस ती पडली नाही. आपला संताप मनातच धुमसत ठेवला. आपल्या घरातील ही झपाटलेली माणसं कोणत्या थराला जातात याची ती वाट बघत बसली होती.

परंतु जेव्हा कृष्णजन्माचा उत्सव त्यांच्या घरात प्रत्यक्ष साजरा करण्यात आला, तेव्हा ती अक्षरशः वैतागून गेली. शरीरानं आणि मनानंदेखील! तिच्या मनाचा बांध फुटला आणि तिचा संताप उसळून बाहेर पडला.

म्यूलर पिता-पुत्रानी बालमुकुंदाची मूर्ती कुठून तरी पैदा केली. त्या दिवशी म्यूलर पिता-पुत्राला उत्साहाचं जणू उधाण आलं होतं. पानं-फुलं आणून सारं घर तोरण-माळांनी सजविण्यात आलं. श्रीकृष्णाची मूर्ती मखरात स्थानापन्न झाली. त्या मखरासमोर आरास करण्यात आली. मूर्तीभोवती विद्युद्दीपांचं चकाकतं वलय फिरू लागलं. कुणी तरी कलाकारानं त्या ठिकाणी यमुना नदीचा देखावाही उभा केला. रांगेनं समया लावल्या. गीतापठण केलं. शेजारच्या मंडळींना बोलावून त्यांच्यासमोर मानफ्रेड म्यूलर यांनी श्रीकृष्ण या विश्वदेवाची जन्मकथा कथन केली. त्याच्या अवताराचं रहस्य सांगितलं. शेवटी प्रसाद म्हणून साऱ्यांना साखर वाटली.

हा सारा कार्यक्रम पार पडायला उत्तररात्र उलटून गेली. कार्यक्रम संपल्यावर जेव्हा एर्ना आणि फ्रान्झ यांची एकांतात गाठ पडली, तेव्हा एर्ना संतापानं नुसती लाल झाली होती. तिच्या नेत्रातून जणू अंगार बाहेर पडत होता. तिला जवळ घेण्यासाठी जेव्हा फ्रान्झ यांनी आपला उजवा हात तिच्या अंगाभोवती लपेटला, तेव्हा तिनं त्यांचा हात हिसडून दूर केला. प्रथम ती काहीच बोलली नाही- नव्हे, संतापानं तिला बोलताच आलं नाही. फ्रान्स म्यूलर चमकले. त्यांना वादळाची पुरेपूर कल्पना आली.

"आज आपल्या घरात केवढा आनंदाचा सोहळा पार पडला नाही का?"

ती अजूनही गप्पच होती. तिला पुन्हा जवळ ओढून फ्रान्झ म्यूलर यांनी तिला विचारलं, "तू एवढी अस्वस्थ का? काय झालं तुला? बरं का नाही?"

फ्रान्झ म्यूलर यांच्या या प्रश्नमालिकेवर तिच्या मुखातून शब्दांच्या रूपानं जणू पिस्तुलाच्या गोळ्या फटाफट सुटत होत्या.

एर्ना म्हणाली, "काय झालं आहे मला? मी विचारते काय झालं नाही? या घरात आल्यापासून मी बघते आहे- एक दिवस कधी सुना गेला नाही, की ज्या दिवशी तुम्ही मला हिंदू धर्माचा- हिंदू संस्कृतीची महती कथन केली नाही! काय झालं आहे तुम्हाला? कुणी झपाटलं आहे? मी ऐकत होते, की भारतीय लोकांना चेटकं येतात. तुम्हा बाप-लेकांवर कुणी चेटूक केलं आहे? कुणी मोहिनी घातली आहे तुमच्यावर? सोन्यासारखा आपला धर्म सोडून परक्या धर्माचा बडेजाव आपल्या घरात काय म्हणून... या माझ्या घरात? आणि माझ्यादेखत? किती आणि कसं

सहन करायचं मी? वैश्वदेव करून अग्नीत अन्न काय टाकता... मंत्र काय पुटपुटता... अंगाला भस्म काय लावता... हिंदू धर्माबद्दलचं तुमचं वेड मला लग्नाआधीच माहीत होतं, पण ते इतकं पराकोटीला पोचलं असेल या गोष्टीची मला कल्पना नव्हती. नाही तर...''

"...नाही तर तू माझ्याशी लग्न केलं नसतंस असंच ना?'' फ्रान्झ म्यूलर शांतपणानं म्हणाले.

यावर अधिक उसळून एर्ना म्हणाली, "तुम्हाला इतका थंडपणा...इतका हा शांतपणा कुणी शिकवला?''

"हिंदू धर्मानं!''

फ्रान्झ म्यूलर यांच्या या उत्तरानं एर्ना अधिकच संतापली आणि म्हणाली, "हाच तुमचा हिंदू धर्म, तुमचं हे हिंदू धर्माचं वेड एक दिवस माझा जीव घेणार आहे, घात करणार आहे. माझं सारं जीवन बरबाद करणार आहे. याच वेडापायी आपलं सारं घर उठणार आहे. मी काय करू म्हणजे तुमचं हे वेड थांबेल आणि तुम्ही मार्गावर याल? ध्यानमग्न शंकराची मूर्ती... ती कृष्णाची मूर्ती, या उघड्यानागड्या चार-चार हातांच्या हिंदू देवता, माकडाच्या आणि हत्तीच्या तोंडाचे ते दगडी देव..! हे काय माणसांचं घर आहे का भुताखेतांचं? आहे तरी काय? एखाद्या दिवशी वाटतं की, या तुमच्या देवांच्या पायावर डोकं आपटून जीव द्यावा आणि खुशाल संपवावा हा खेळ!''

आणि मग आपलं तोंड वर करून उद्वेगानं तिनं जणू प्रार्थना भाकली- 'येशू देवा, तुझ्या दयेचा दरवाजा सतत उघडा ठेव आणि या पामरांना क्षमा कर!'

हा सारा प्रकार चालू असताना फ्रान्झ म्यूलर शांतच राहिले. त्यांनी तिला जवळ घेतलं. या वेळी मात्र तिनं कसलाही प्रतिकार केला नाही. उलट ती त्यांच्या अधिकच कुशीत शिरली आणि एखाद्या लहान मुलाप्रमाणे स्फुंदून स्फुंदून रडू लागली. एखाद्या लहान मुलाला थोपटावं त्याप्रमाणे म्यूलरही तिला थोपटीत राहिले- अगदी शांतपणानं! तिनं डोळे मिटून घेतले होते. तिचे अश्रू फ्रान्झ म्यूलर यांच्या खांद्यावर ठिबकत होते. अश्रूंना मुक्त वाट मिळाल्यामुळे तिचं मन हळूहळू शांत होत होतं. त्यांच्या कुशीतच तिचा केव्हा डोळा लागला, हे तिलाही कळलं नाही. त्यांनी हळूच तिला पलंगावर झोपवलं आणि तेही झोपले. झोपेत सारं काही शांत झालं.

दुसऱ्या दिवशी कशावरून तरी भारतातील वटपौर्णिमेच्या व्रताचा विषय निघाला. फ्रान्झ म्यूलर बाहेर गेले होते; आणि मानफ्रेड म्यूलर एर्नाला त्या व्रताची माहिती सांगत होते. त्या व्रताची महती पटवून देताना मानफ्रेड म्यूलर एर्नाला म्हणाले, "कृष्णजन्माष्टमीप्रमाणेच वटसावित्रीच्या व्रताचं भारतात फार महत्त्व आहे. हे व्रत विशेषतः सौभाग्यवती स्त्रियांचं आहे म्हणून तुला ते समजावून घेण्यात फार आनंद

वाटेल.''

मानफ्रेड म्यूलर बोलत असताना एर्नाच्या भालप्रदेशावर आठ्या चढत होत्या. ती मनात म्हणत होती, 'मला या कसल्याच गोष्टीचा आनंद वाटत नाही. उलट भय मात्र वाटतं.'

परंतु मानफ्रेड म्यूलर पुढे सांगतच सुटले. म्हणाले, ''सावित्री ही महान पतिव्रता. तिचा पती सत्यवान वडाच्या झाडाखाली गतप्राण झाला. परंतु आपल्या पातिव्रत्याच्या सामर्थ्यानं सावित्रीनं त्याला प्रत्यक्ष यमाच्या दाढेतून परत आणलं. वटवृक्षाखालीच सत्यवान जिवंत झाला म्हणून वटवृक्षाची पूजा करायची असते. जन्मोजन्मी तोच नवरा मिळावा अशी प्रार्थना करायची असते. केवढी निष्ठा आहे ही? खरोखर कौतुक वाटतं. तुला नाही असं वाटत एर्ना?''

त्यांचं बोलणं ऐकून तिच्या मनावरचा ताबा पार उडाला. आपल्या सासऱ्याला उद्देशून एर्ना म्हणाली, ''कशाला हवा तोच तोच नवरा जन्मोजन्मी! छळायला? सूड घ्यायला? आणि झाडाची पूजा करून का अशा गोष्टी मिळत असतात? खुळ्या कल्पना! वेड्यांचा बाजार आहे सारा! झाडाची पूजा करून तोच तोच नवरा जर पुनःपुन्हा मिळत असेल, तर मी मुळीच पूजा करणार नाही. एका जन्मात झाला एवढा छळ पुरे झाला! म्हणे झाडाची पूजा! वेडेचार.. खूळ... मूर्खपणा!''

असं म्हणून एर्ना उपहासानं हसत सुटली. समजावणीच्या स्वरात मानफ्रेड तिला म्हणाले, ''आपणही नाताळात ऑलिव्ह वृक्षाची फांदी आणतो आणि तिच्याभोवती मेणबत्त्या लावतो, आरास करतो...कशाला? तो वेडाचार नाही? ते खूळ नाही? तो मूर्खपणा नाही? तो प्रकार तुम्हाला रुचतो आणि वटवृक्षाच्या पूजेत वेडेपणा वाटतो? हिंदू धर्मातील साऱ्या गोष्टी शास्त्रशुद्ध आहेत, तर्कनिष्ठ आहेत, हे तुम्हाला केव्हा पटणार आहे कुणास ठाऊक!''

यावर काहीही न बोलता एर्ना निघून गेली आणि हिंदू धर्माच्या महतीनं तिला निरुत्तर केलं, या समाधानात मानफ्रेड म्यूलर जागच्या जागी ध्यानस्थ शंकरासारखे बसले.

❖❖

ऋतुचक्र सतत फिरत होतं. धरित्रीचे रसरंग पालटत होते. सृष्टी नटत होती, हसत होती, तापत होती, सुस्नात होत होती, गोठत होती, पुन्हा नटत होती. नाना रूपांनी ती दर्शन देत होती. कुसुमाकर वसंत आला आणि त्या सुगंधी पुष्पांच्या पायघड्यांवरून अंतरीच्या भावनेची गंधपुष्पं उधळत असंख्य प्रेमिक सैरभैर हिंडू लागले. त्यांचे हात परस्परांच्या हातांत गुंतले गेले. परस्परांच्या गळ्यात करमाला गुंफल्या गेल्या. वृक्षराजी आणि लतापल्लव नव्या नवलाईनं नटू लागले. बीच व

ओक हे वृक्ष पालवले. डोंगरमाथ्यावरील पाईन व लार्च या वृक्षांना पुष्पपालवी फुटली. त्याचबरोबर प्रेमिकांच्या अंतःकरणात नवी आशा फुलली. त्यांच्यातील दुरावा सरला. जे अधिक दूर होते ते अधिक जवळ आले. त्या प्रेमिकांचे गाल परस्परांच्या गालावर विसावले आणि श्वासात श्वास मिळाले. त्यांच्या आयुष्यातील भूतकाळ सरला आणि वर्तमानकाळ फुलला. सुखाच्या भविष्यकाळाकडे त्यांची धुंद दृष्टी वळली, तोच उन्हाळा सुरू झाला. त्यांच्या आशा करपू लागल्या. त्यांच्या प्रेमातील जीवन जळू लागलं आणि नंतर आलेल्या शरद ऋतूत त्या प्रेमिकांची अंतरं वाढली आणि अंतःकरणात हुरहुर निर्माण झाली. वृक्षांच्या पर्णराजीबरोबरच त्यांच्या मनातील आशा गळून पडू लागल्या. एवढ्यात हिवाळा आला आणि त्यातच नाताळाचा सण. हा सण म्हणजे भाविकांबरोबरच प्रेमिकांनाही उन्मत्त बनविणारा! या सणात ज्याप्रमाणे भाविकांचा भाव जागृत होतो, त्याचप्रमाणे प्रेमिकांचं प्रेमही जागृत होऊ लागतं. त्यांच्या मनाला या ऋतूत असा दिलासा मिळतो, की हिवाळा आलाच आहे, आता तुमचा प्रियतम वसंत ऋतू लांब थोडाच राहिला आहे? पुन्हा प्रेमिकांचे हात हालचाल करायला लागतात. मग ऋतुराज वसंत येतो आणि प्रेमिकांचे हात पुन्हा आपोआप परस्परांच्या हातात गुंतले जातात.

हे कालचक्र अखंडपणानं सुरूच होतं. काळाची पावलं धावत होती. फ्युलिंग म्हणजे वसंत, झोम्मेर म्हणजे ग्रीष्म, हेर्ब्स्ट म्हणजे शरद आणि विन्टेर म्हणजे शिशिर हे जर्मनीतील चार ऋतू आले आणि गेले. एकदा नव्हे, तर तब्बल चोवीस वर्षं. ज्या त्या ऋतूनं आपापलं वैशिष्ट्य दर्शवावं आणि काळाच्या उदरात गडप व्हावं, असं तब्बल चोवीस वर्षं घडलं; पण म्यूलर कुटुंबातील हिंदू धर्माबद्दलचं प्रेम होतं तसंच राहिलं. फ्रान्झ म्यूलर आणि एर्ना यांच्या लग्नाला चोवीस वर्षं होऊन गेली होती. मानफ्रेड म्यूलर पंचाऐंशी वर्षांचे बनले होते. फ्रान्झ म्यूलर साठीच्या घरात आले होते. एर्नाची चाळीशी ओलांडून पाच वर्षं वर झाली होती. फ्रान्झ म्यूलर यांना लग्नानंतर दोनच वर्षांनी जो मुलगा झाला होता, तो आता बावीस वर्षांचा झाला होता. बरीच वर्ष उलटली होती. ऋतू मागे पडले होते, आणि कालपुरुष एकसारखा पुढे पुढे धावत होता; पण त्या घरातील हिंदू धर्माबद्दलची ओढ किंवा भारतीय संस्कृतीबद्दलचं प्रेम किमपि कमी झालं नव्हतं; आणि एर्ना म्यूलर हिचाही वैताग मुळीच उणावला नव्हता. माणसाचे मूळ स्वभाव कालचक्रात कितीही फिरले तरी ते बदलतात थोडेच?

❖❖

फ्रान्झ म्यूलर यांना लग्नानंतर दोन वर्षांनी मुलगा झाला त्या वेळची गोष्ट. मुलाचं नाव ठेवण्याच्या प्रश्नावर घरात खल सुरू झाला. मानफ्रेड म्यूलर यांनी

आपल्या या नातवाचं हिंदू धर्माप्रमाणे बारसं तर केलंच, पण मुलाचा जन्म गोकूळअष्टमीला झाला असल्यामुळे त्याचं नाव मुकुंद असं ठेवावं, असाही आग्रह त्यांनी धरला. ते म्हणाले, ''माझ्या पोराच्या पोटी नेमका गोकूळअष्टमीला मुलानं जन्म घ्यावा, हे आमचं केवढं भाग्य! आमची गतजन्माची पुण्याई म्हणूनच हे घडलं. आम्ही भारतीय संस्कृतीचे वारसदार आहोत, हे दर्शविण्यासाठीच हा चमत्कार आमच्या घरात घडला. आता तरी साऱ्यांचे डोळे उघडतील. मी तर म्हणतो, की प्रत्यक्ष श्रीकृष्ण माझ्या नातवाच्या रूपानं आमच्या घरात अवतरला आहे. त्याचं नाव त्याला द्या. त्याला मुकुंद म्हणा.''

यावर कोणी आणखी शंका प्रदर्शित करू नये म्हणून ते पुढे म्हणत, ''हे बघा, आमच्या घरातील हा श्रीकृष्णदेखील रोहिणी नक्षत्रावर जन्मला आहे बरं- अगदी त्या भारतातील श्रीकृष्णाप्रमाणे! माझा मुकुंद, माझा मुकुंद!''

असं म्हणून प्रेमभरानं ते किती तरी वेळ स्वतः डोलत असत आणि त्या चिमुकल्या पोरालाही डोलवीत असत.

परंतु एर्नानं मात्र आपल्या सासऱ्याचा हा हट्ट मुळीच चालू दिला नाही. तिनं त्याचं नाव अल्बर्ट असं ठेवलं- अगदी पहिल्याच दिवशी! लाडानं ती त्याला अल्बा म्हणून हाक मारू लागली. मानफ्रेड म्यूलर मात्र आपल्या या नातवाला अखेरपर्यंत 'मुकुंद' या नावानंच हाक मारीत राहिले.

कृष्णजन्माच्या वेळची हकिगत ज्याला त्याला सांगायचा त्यांना नादच लागला. आपल्या नातवाचा जन्म कृष्णाष्टमीला झाल्यापासून कृष्णजन्माच्या कल्पनेनं ते अगदी भारावून गेले होते. ते म्हणत, ''कृष्णजन्म झाला त्या वेळी काय घडलं ठाऊक आहे? अहो, आकाशातील नक्षत्रांना तेज चढलं. दशदिशा प्रसन्न झाल्या. खाणीतून उत्तमोत्तम रत्नं बाहेर पडली. नद्या-सरोवरांचं पाणी स्फटिकासारखं झालं. सरोवरातील कमळं प्रफुल्लित झाली. वनातील वृक्षांवर पक्षी गाऊ लागले. वारा शांत सुगंधित झाला. स्वर्गात देव नौबती वाजवू लागले. गंधर्व गाऊ लागले. अप्सरा आनंदानं नृत्य करू लागल्या. अखिल जगात आनंद ओसंडून जाऊ लागला. माझ्या घरी आता हेच घडणार आहे. कारण माझ्या घरात कृष्णाचा जन्म झाला आहे.

ज्याच्या त्याच्या जवळ मानफ्रेड म्यूलर हे हरखून बोलत होते आणि आपल्या सासऱ्याचं हे खूळ आता हद्दीबाहेर गेलं आहे, असं एर्ना मानत होती.

काय विलक्षण योगायोग होता पाहा! अगदी बालपणापासून अल्बर्टचाही ओढा भारतीय संस्कृतीकडे असे. म्यूलर घराण्याचा गुण त्याच्या रक्तातच आला होता. आपल्या घरातील दोन संस्कृतींमधील संघर्ष कळण्याचं त्याचं वय नव्हतं. घरातील मंडळींचे वादविवाद त्याच्या कानी पडत; पण मनी मात्र उतरत नसत. धर्म, संस्कृती अशा जड विषयांकडे लहान मुलांचं मन थोडंच वळत असतं? त्यांना हे असे विषय

कळतही नाहीत आणि वळतही नाहीत; परंतु अल्बर्टच्या बाबतीत मात्र चमत्कार घडून आला खरा!

संध्याकाळची वेळ होती. घरात कुणीच नव्हतं. एर्ना काही कामात गुंतली होती. त्या वेळी अल्बर्ट आपल्या आजोबांच्या खोलीत जाऊन ध्यानस्थ शंकराच्या मूर्तीकडे एकटक बघत बसला होता. नंतर त्यानं त्या मूर्तीतील शंकराप्रमाणेच पद्मासन घालून डोळे मिटून घेतले आणि तोही ध्यानस्थ असल्याप्रमाणे बसला. बराच वेळ अल्बर्ट दिसला नाही म्हणून एर्ना त्याचा शोध घेऊ लागली.

शंकराच्या त्या मूर्तीसमोर ध्यानावस्थेत बसलेल्या आपल्या मुलाला बघून एर्ना धास्तावली. ते दृश्य पाहून तिच्या अंतःकरणात कळ उठली. अशुभाची आशंका तिच्या मनाला एकदम चाटून गेली. जे घडतं आहे ते ठीक नव्हे, असं तिला वाटू लागलं. काय केलं म्हणजे आपलं हे झपाटलेलं घर थाऱ्यावर येईल, या गोष्टीचा विचार ती करू लागली. दशदिशा घनदाट अंधारानं झाकोळून जाव्यात, असा भास तिला होऊ लागला. उजेडाचा कवडसाही तिला दिसेना. ती दिङ्मूढ झाली. भयचकित झाली. तिच्या अंतःकरणाचा थरकाप उडाला. तिच्या दृष्टीनं ही तिसरी पिढी हिंदू धर्माच्या वेडापायी वाया चालली होती.

अल्बर्टला तिनं त्या अवस्थेतून बाहेर आणलं आणि हात धरून त्याला आपल्या खोलीत नेलं. खोलीत आल्यावर ती एकदम उद्वेगानं म्हणाली, ''तुम्ही सर्वांनीच माझा छळ आरंभला आहे. आता त्यात तूही सामील झालास वाटतं! माझ्या घरात हे असं वागून तुम्हाला काय मिळणार आहे? मग का उगाच माझा छळ करता?''

एर्ना बोलत होती. अल्बर्ट मुकाट्यानं ऐकत होता. आपल्या अंत:करणातील दु:खाचा सारा पाढा तिनं त्याच्यासमोर मांडला; आणि ती त्याला कळवळून म्हणाली, ''तू तरी असं वागू नकोस अल्बा! तुझ्याबद्दल मला केवढी आशा आहे! आता तोच एक माझ्या आशेचा धागा आहे. तो तुटला म्हणजे मी संपले! या साऱ्या वेडातून तू तरी मुक्त होशील, त्या खुळ्या मार्गाला जाणार नाहीस, अशी केवढी आशा मी बाळगून होते! पण माझी तीही आशा धुळीला मिळणार, असं दिसतंय! का...का छळ करता माझा? आणि तू त्यांच्यात सामील होतोस अल्बा?''

एर्नाचा आवाज चढला. ती रडवेली झाली. पण मग एकदम निर्धारानं ती म्हणाली, ''अल्बा, लक्षात ठेव. मी तुला वेडंवाकडं वागू देणार नाही. अरे, आपला धर्म सोडून तू त्या खुळ्या धर्माच्या पाठीमागे लागलास, तर अखेरीस आपल्या कुटुंबाचा घात होणार आहे, हे लक्षात ठेव. मी तुला तसं वागू देणार नाही. छे:, छे:! मुळीच नाही! त्या मार्गाला कध्धीसुद्धा जाऊ देणार नाही. तुझा हात धरीन आणि खस्सकन तुला मागे आणीन! आहेस कुठे?''

आणि शेवटी पुन्हा काकुळतीला येऊन ती म्हणाली, ''अरे पोरा, आपल्या

आईकरिता तू एवढं करणार नाहीस? तुला काय वाईट मार्गाला जा म्हणून सांगते आहे?''

यावर अल्बर्टनं आपली मान नकारार्थी हालवली तेव्हा ती म्हणाली, ''झालं तर मग! मला वचन दे, की मी पुन्हा त्या खुळ्या धर्माच्या वाटेनं जाणार नाही. दे बघू मला वचन! खरंच दे!''

असं म्हणून तिनं आपला हात पुढे करून तो त्याच्या खांद्यावर ठेवला.

मग एखाद्याला विश्वासात घेऊन बोलावं तसं ती म्हणाली, ''अल्बा, तुला खरं सांगू? हे खूळ आपल्या घरात आलं आणि तेव्हापासून माझ्या मनानं घेतलं आहे की, हे लक्षण काही बरं नाही. यातून घराण्याचा घातच होणार आहे. तू तरी त्यापासून दूर राहा! नाही तर...घात हा ठेवलेला आहे.''

जणू तिला पुढचं सारं दिसत होतं. जणू ती एखादं भविष्यकथनच करीत होती.

अल्बर्टनं तिला हवं तसं वचन दिलं तेव्हा कुठे ती शांत झाली. भीषण दरीच्या दरडीवर उभा असलेला आपला मुलगा आता तेथून परतणार आहे, त्याचा घात टळणार आहे, अशी तिची खात्री झाली. हळूहळू ती शांत झाली. निदान त्या वेळेपुरती तरी!

❖ ❖

त्यानंतर अल्बर्ट आबिटुरची परीक्षा- म्हणजे शालान्त परीक्षा पास झाला, त्या वेळी पुन्हा एकदा त्या घरात एक समस्या उभी राहिली.

आपल्या नातवानं 'इंडोलॉजी' म्हणजे 'भारतीय संस्कृती' हा विषय घेऊन हैडेलबर्ग विद्यापीठातील घराण्याची परंपरा चालवावी, असं मानफ्रेड म्यूलरना वाटत होतं. आपल्या मुलाची नैसर्गिक ओढ लक्षात घेऊन त्यानं 'इंडोलॉजी' हाच विषय घ्यावा, असं फ्रान्झ म्यूलर यांनाही वाटत होतं. स्वतः अल्बर्टचा ओढाही त्याच बाजूला होता; पण एर्नानं तो विषय मोडून काढला आणि आपला अधिकार गाजवून आपल्या मुलाला तिनं 'होखशूल'च्या म्हणजे तांत्रिक शिक्षणाच्या शाळेत घातलं; आणि अखेरीस अल्बर्ट त्याच शाखेचा पदवीधर झाला.

'इंडोलॉजी' हा विषय घेऊन आपल्या नातवानं 'डॉक्टर' ही पदवी मिळवावी व भारतात जाऊन त्या विषयाचं सर्वश्रेष्ठ ज्ञान संपादन करावं, ही मानफ्रेड म्यूलर यांची इच्छा अपुरीच राहिली. तांत्रिक शिक्षण पुरं झाल्यावर अल्बर्टला क्रप कंपनीत मोठी नोकरी मिळाली. त्याच्या अंगच्या हुशारीमुळे तो त्या कंपनीतील एका विभागाचा लवकरच प्रमुख झाला. भराभर त्याची बढती झाली. वरिष्ठांची मर्जी त्यानं बघता बघता संपादन केली. 'अल्बर्ट म्यूलर हा क्रप कंपनीचा एक खंबीर आधारस्तंभ आहे', असं जो तो मानू लागला. त्याच्या जोडीला वरिष्ठांचा विश्वास त्याच्या खाती

जमा झाला. यापेक्षा आणखी काय हवं होतं? नोकरीच्या प्रारंभीच्या अवस्थेत हे भाग्य कुणाच्या वाट्याला येतं?

अर्थात् या भलत्या मार्गानं आपल्या नातवाची ही प्रगति होत असलेली पाहून मानफ्रेड म्यूलर यांना मुळीच आनंद झाला नाही. अशा गोष्टीकडे बघण्याची फ्रान्झ म्यूलर यांची वृत्तीच काहीशी तिऱ्हाइतासारखी बनली होती. दिवसेदिवस मनानं ते स्थितप्रज्ञ होत चालले होते. पर्जन्यवृष्टीनं सागर ओसंडून जात नाही किंवा अवर्षणानं तो आटत नाही, तशी त्यांची स्थिती झाली होती. त्यांच्या ठायी हर्ष-खेद उरले नव्हते. मनाची पाटी कोरी बनली होती. त्या पाटीवर रेघोट्या उठत नव्हत्या. आपला मुलगा तरी भल्या मार्गाला लागला, याबद्दल एर्नानं मात्र समाधानाचा सुस्कारा सोडला. ती मनाशी पुनःपुन्हा म्हणत राहिली, 'माझ्या येशूनं माझी हाक ऐकली. खुळ्या चाळातून माझा मुलगा आता दूर झाला; आणि मार्गाला लागला. तो आता मला चांगले दिवस दाखवील.'

काय घडणार होतं कुणास ठाऊक; पण निदान त्या प्रसंगी तरी एर्नाला पहिल्या प्रथमच आयुष्यात खरंखुरं समाधान लाभलं होतं.

❖ ❖

या साऱ्या घटना घडत असताना उणापुरा चोवीस वर्षांचा काळ पुढे सरकला होता. दोन तपं उलटली होती. हिंदू धर्मातील गूढ तत्त्वांचा शोध घेत घेत मानफ्रेड म्यूलर हे आता अगदी म्हातारे झाले होते. त्यांना अद्याप अज्ञाताचा पत्ता लागायचा होता. हिंदू धर्म हा एखाद्या महासागरासारखा आहे; परंतु त्या सिंधूतील बिंदूही आपल्या हाती गवसला नाही, या गोष्टीची खंत त्यांच्या मनाला लागून राहिली होती. हिंदू धर्मात सांगितलेल्या मुक्तीचं रहस्य त्यांना गवसलं नव्हतं. परंतु मनातून ते म्हणत होते की, या जन्मी आपल्याला त्या मुक्तीची आस तरी लागली, हिंदू धर्मातील त्या ब्रह्मतत्त्वाचा ध्यास तरी आपल्याला लागला. आता पुढील जन्मी आपल्या हाती काही तरी गवसेल! अनेक जन्मांचा फेरा घेतल्याशिवाय का मुक्तीचा सोहळा साजरा होत असतो?

हिंदू धर्मात सांगितलेल्या पुनर्जन्माच्या तत्त्वावर त्यांचा परमविश्वास जडलेला होताच. मुक्तिलाभ ही जन्मोजन्मीची प्रक्रिया आहे. यासाठी माणसानं प्रत्येक जन्मात पुण्यसंचय केला पाहिजे. एका जन्माचं संचित पुढील जन्मी उपयोगी पडतं. एका जन्मात पुण्याईची बांधलेली शिदोरी पुढील जन्मात कामाला येते. ज्या जन्मात पुण्याईचा घडा भरून ओसंडू लागतो, त्याच जन्मात माणसाला मुक्ती मिळते. हिंदू धर्माचं हे सारं तत्त्वज्ञान त्यांना आता ठाऊक झालं होतं. हिंदू धर्माचं तत्त्वज्ञान उराशी घट्ट धरून ठेवलेलं असलं म्हणजे माणूस प्रत्यक्ष मृत्यूलाही भीत नाही; किंबहुना तो

आनंदानं मृत्यूला सामोरा जातो, असं स्वामी विवेकानंदांनी सांगितलेलं होतं, या गोष्टीची त्यांना आठवण झाली.

मृत्यू ही मानवी जीवनाचीच एक अवस्था आहे, हे त्यांच्या मनानं पक्कं घेतलेलं असल्यामुळे त्यांची वृत्ती याही वयात शांत होती. मानवी जीवनाला कुठेतरी मर्यादा पडते, याची जाणीव मानफ्रेड म्यूलर यांना अलीकडे होऊ लागली होती. आपल्याला आता वरचं बोलावणं आलेलं आहे, आपली मान आपण आता मृत्यूच्या मांडीवर विसावली पाहिजे, हे त्यांनी मनोमन ओळखलं होतं. जे खरोखर अज्ञेय असतं, ते त्यांना समजलं होतं. हिंदू धर्माच्या पाठीमागे आपण धाव धाव धावलो म्हणून आपल्याला मानवी जीवन-मृत्यूचं साकल्यानं ज्ञान झालेलं आहे, अशीही त्यांची धारणा झालेली होती.

मानफ्रेड म्यूलर आता पुढल्या तयारीला लागले होते- अगदी शांतपणानं! सुखासमाधानानं!

फ्रान्झ म्यूलर यांना सांगून त्यांनी घरात गंगादेखील आणून ठेवली. डिटमार ओटोमन यांनी भारतात असलेल्या आपल्या मित्राला पत्र लिहिलं आणि गंगाजलाची व्यवस्था केली. मानफ्रेड म्यूलर यांनी घरातील साऱ्या मंडळींना आपल्या अखेरीची कल्पना देऊन ठेवली. ते जेव्हा म्हणाले की, 'मी आता लवकरच इहलोकीची यात्रा संपविणार' तेव्हा एर्नाला ते एक खूळ वाटलं. मानफ्रेड म्यूलर हे खूपच वृद्ध झाले होते, परंतु त्यांची प्रकृती धडधाकट होती. त्यांची अखेर आली असेल, या गोष्टीची कुणालाच कल्पना आली नव्हती; परंतु स्वतः मानफ्रेड म्यूलर यांना अखेरीची चाहूल लागलेली होती. भारतातील अनेक संतमहात्म्यांनी सांगूनसवरून आपली अखेरी गाठलेली होती. त्याच परंपरेतील आपण आहोत, असा मानफ्रेड म्यूलर यांचा विश्वास होता. म्हणून घरातील सर्वांचा आणि त्यांच्या घरात येणाऱ्या जाणाऱ्या मंडळींचा निरोप घ्यायला त्यांनी प्रारंभ केला. एर्नानं ती गोष्ट थट्टेवारी नेली होती. खुळचट कल्पनांच्या सदरात तिनं ती गोष्ट घातली होती. परंतु फ्रान्झ आणि अल्बर्ट हे दोघे मात्र गहिवरून गेले. त्या दोघांना त्यांची अखेर दिसू लागली होती. म्यूलर कुटुंबातील एक दुवा निखळणार होता, यामुळे ते दोघे बेचैन झाले होते. एर्नाचा दिनक्रम मात्र होता तसाच चालला होता. तिची आदळआपट होती तशीच चालली होती. खुळ्यांच्या बाजारात ती मुळीच सामील झाली नव्हती. ती फारशी अस्वस्थ झालेली दिसत नव्हती. मनातून तिला वाटत होतं, घरातील एक खूळ तरी संपेल, निदान कमी तरी होईल; आणि उघड रीतीनं ती म्हणत होती, 'माझा छळवाद संपेल असं आत्ताच काही वाटत नाही. त्यांच्या प्रकृतीचं लक्षण मुळीच वाईट नाही. माझ्या यातना अशातशा संपणार थोड्याच आहेत?'

❖❖

अखेरीस तो दिवस उजाडला. त्या दिवशी मात्र एर्ना काहीशी गांगरली. काही झालं तरी ते तिचे सासरे होते. त्यांची अखेर अगदी जवळ आलेली बघून तिचं मन बेचैन झाल्याशिवाय थोडंच राहणार होतं?

संध्याकाळची वेळ होती. मानफ्रेड म्यूलर क्षीण आवाजात म्हणाले, "मला आता बोलवत नाही. मला कमालीचा थकवा आला आहे. माझ्या उशाला शंकराची मूर्ती आणून ठेवा; आणि श्रीकृष्णाचीही मूर्ती माझ्याजवळ ठेवा."

आणि जेव्हा घशाला कोरड पडली तेव्हा ते म्हणाले, "या गंगेचं झाकण उघडा आणि ते पाणी माझ्या तोंडात घाला...शेवटचं तीर्थ म्हणून!"

डिटमार ओटोमन यांनी गंगेचं झाकण उघडलं; आणि फ्रान्झ म्यूलर यांच्या हाती ती गंगा दिली. त्यांनी थोडं गंगाजल पित्याच्या मुखात टाकलं. मग अल्बर्टनंही आपल्या आजोबाला गंगेचं तीर्थ पाजलं.

मानफ्रेड म्यूलर यांनी अल्बर्टच्या पाठीवर हात फिरवला, क्षीण हास्य केलं आणि अगदी खालच्या आवाजात ते म्हणाले, "आता हे तीर्थ घेतलं. आता मी आनंदानं डोळे मिटेन. गंगास्नान हरेर्नाम..."

पुढे बोलवेना. थांबून म्हणाले, "जे गंगेत स्नान करतात ते शिवरूप होतात, विष्णुरूप होतात."

कशामुळे कुणास ठाऊक! त्यांना थोडी हुषारी वाटू लागली. आपल्या नातवाला उद्देशून ते दबलेल्या आवाजात म्हणाले, "मुकुंदा, तुला गीता वाचता येईल का रे? गीतेतील एकच श्लोक मला वाचून दाखव - नैनं छिंदन्ति शस्त्राणि..."

पुढे त्यांना बोलवेना. पुन्हा थकवा आला.

मग आपल्या मुलाकडे डोळे ताणून त्यांनी बघितलं. फ्रान्झ म्यूलर यांचा हात हातात घेऊन ते शेवटचं म्हणून बोलले, "फ्रान्झ, माझी एकच इच्छा...हिंदूधर्माप्रमाणे माझं दहन करा आणि माझ्या अस्थी गंगेत टाका."

हे बोलतानाही त्यांना अपार कष्ट पडत होते. घशातून घरघर ऐकू येत होती. डोळ्यांत मात्र कमालीचं तेज आलं होतं. त्यांचा हात आपल्या मुलाच्या हातात तसाच राहिला आणि त्याच अवस्थेत मानफ्रेड म्यूलर हे जग सोडून निघून गेले. हिंदू धर्मावर अपरंपार श्रद्धा असलेला म्यूलर कुटुंबातील एक दुवा निखळून पडला.

फ्रान्झ आणि अल्बर्ट हे होघेही शोकसागरात बुडून गेले. एर्ना मात्र शांत होती. तिला नेमकं काय वाटत होतं हे तिचं तिलाच समजत नव्हतं. मग इतरांची कथा काय? जन्म तेथे मृत्यू याच तत्त्वानं वागणारे सारे लोक असतात. त्यांना फ्रान्झ आणि अल्बर्ट या पिता-पुत्राच्या दुःखाची कुठून कल्पना येणार?

❖❖

फ्रँकफुर्टच्या विमानतळावर फ्रान्झ म्यूलर यांना प्रमोद तेलगिरी भेटला तेव्हा त्यांनी त्याला आश्चर्यानं विचारलं, ''कुठे रे चाललास हा एवढा बाडबिस्तरा घेऊन?''

प्रमोद तेलगिरी म्हणाला, ''सर, माझा शिक्षणक्रम पुरा झाला. मी आता परत चाललो भारतात!''

''एवढ्या लवकर?''

''लवकर कुठलं? झाली की चांगली चार वर्षं! आता आणखी किती दिवस राहायचं परक्या देशात?''

''बाकी तेही खरंच आहे! भारतासारखा मायदेश सोडून दूर किती दिवस राहणार? आपल्या मायदेशी चाललात. भाग्यवान् आहात तेलगिरी!''

प्रमोद तेलगिरीनं फ्रान्झ म्यूलर यांना आश्चर्यानं विचारलं, ''सर, मला माफ करा, पण तुम्ही कुठे निघालात?''

''तुमच्याच देशात चाललो आहे, माझ्या वडिलांच्या अस्थींचं विसर्जन करायला तुमच्या त्या पवित्र गंगेत!''

एर्नाच्या कपाळावरच्या आठ्या प्रमोद तेलगिरीला स्पष्ट दिसल्या. तो काहीच बोलला नाही. फक्त एवढंच म्हणाला, ''तुमचे पिताजी गेले; फार वाईट वाटलं. आम्हाला त्यांच्याविषयी फार आदर वाटायचा. आपुलकी वाटायची!''

''आणि त्यांनाही तुमच्याबद्दल! तुम्ही भारतीय आहात ना? ज्या देशात गंगा वाहते तो पवित्र देश!''

मग काही वेळानं फ्रान्झ म्यूलर यांनी प्रमोद तेलगिरीला विचारलं, ''तुमच्या देशात गंगेला फार महत्त्व आहे नाही का?''

प्रमोद तेलगिरी हसला व म्हणाला, ''हा ज्याच्या त्याच्या भावनेचा प्रश्न आहे. आमच्या शास्त्रीय दृष्टीनं म्हणाल तर गंगाजल हे निर्जंतुक आहे. ते वर्षानुवर्षं टिकतं. त्या पाण्यात औषधी गुण आहेत. म्हणून कदाचित् ते पवित्र मानलं जात असावं.''

मध्येच फ्रान्झ म्यूलर यांनी विचारलं, ''पण गंगेत स्नान केल्यावर माणसाला मुक्ती मिळते, हे कितपत खरं आहे? मानफ्रेड नेहमी सांगत...''

एर्नाला वाटलं की, आता यांचं गंगापुराण सुरू होणार! सासऱ्याच्या अस्थींचं अस्तित्वही आपल्याला छळत आहे, असं तिला उगाचच वाटू लागलं.

फ्रान्झ पुढे बोलणार तोच प्रमोद तेलगिरी म्हणाला, ''मी मघाशीच सांगितलं, की हा ज्याच्या त्याच्या भावनेचा प्रश्न आहे, श्रद्धेचा प्रश्न आहे.''

''पण तुमच्या देशात चमत्कार खूप बघायला सापडतील की नाही?''

''सर, हाही श्रद्धेचा भाग आहे. परंतु आमच्या देशात चमत्कार घडतात ही गोष्ट मात्र खरी आहे. एक जन्म पुरणार नाही ते बघायला!''

ते ऐकून फ्रान्झ म्यूलर यांचं सारं शरीर पुलकित झालं. एर्नाच्या मनाला मात्र

कसल्या तरी अशुभाची कल्पना चाटून गेली.

एवढं बोलून काही तरी आठवल्याप्रमाणे करून प्रमोद तेलगिरी उठला आणि म्हणाला, ''सर, मी जरा 'ड्यूटी फ्री शॉप' मध्ये जातो. मला काही चित्रं घ्यायची आहेत. मिळतील का?''

''कसली चित्रं?'' या फ्रान्झ म्यूलर यांच्या प्रश्नावर प्रमोद तेलगिरी म्हणाला, ''माझ्या एका मित्राला तिकिटं जुळवण्याचा नाद आहे. बीटहूव्हन, हेंडेल, वँगलर, रिचर्ड यांच्या चित्रांची तिकिटं मी घेतली आहेत; पण फ्रान्झ मार्कची काही चित्रं हवी आहेत. फ्रान्झ मार्क हा मोठा गूढवादी चित्रकार आहे ना? मला तर त्याच्या चित्रात काहीच अर्थ वाटत नाही. पण माझ्या मित्राला ती चित्रं मोठी मोलाची वाटतात. आमच्या देशात काय कमी चित्रकार आहेत?''

एर्ना एकदम म्हणाली, ''आमच्या धर्मात काय कमी तत्त्वज्ञ आहेत? पण आपल्यापेक्षा दुसऱ्याचं श्रेष्ठ वाटावं हा मनुष्यस्वभावच आहे की काय, कुणास ठाऊक!''

तिच्या बोलण्यातला उपहास प्रमोद तेलगिरीला कळला, पण न बोलताच तो चित्रं बघायला निघून गेला.

विमान निघण्याची वेळ होत आली. फ्लाईटची घोषणा झाली. 'एअर इंडियाच्या विमानानं जाणारे उतारू निघाले. प्रवेशद्वारावर तिकिटं तपासली गेली. प्रमोद तेलगिरी घाईघाईनं पुढे गेला. जणू मायदेशी जायला तो उत्सुक झालेला दिसत होता. आपल्या पित्याच्या अखेरच्या इच्छेप्रमाणे त्यांच्या अस्थींचं विसर्जन करण्यासाठी म्हणून फ्रान्झ म्यूलरही भारतात जायला उत्सुक झाले होते.

प्रवेशद्वारातून ते आत जायला निघणार एवढ्यात एर्ना त्यांना हलक्या आवाजात म्हणाली, ''हे तुमचं शेवटचं खूळ आहे असं समजा. म्हणे गंगेत हाडं टाकायची! वाडवडिलांनी जे केलं नाही ते आपण करायचं. यापुढे मात्र आपल्या घरात मी असले प्रकार चालू देणार नाही. जा आता! गुड बाय डियर!''

विमान आकाशात झेपावलं. फ्रान्झ म्यूलर त्या विमानातून भारताकडे जायला निघाले होते.

विमानाची घरघर ऐकू यायची थांबली, तरी एर्ना तिथेच आकाशाकडे बघत उभी होती. तिला एकदम एकटं एकटं वाटायला लागलं. आपण कुठे आहोत, कशासाठी आलो आहोत, या गोष्टीचं भानही तिला उरलं नाही. आकाशाकडे टक लावून निर्विकार मनानं ती बघतच होती. विमान केव्हाच दृष्टीआड झालं होतं.

भविष्यकाळच्या उदरात कुणाला डोकावून बघता आलं असतं तर!

भाग दुसरा

"प्रिय एर्ना,"

फ्रान्झ म्यूलर यांनी एवढा मायना लिहिला आणि पुढे त्यांची लेखणी थांबली.

रात्रीची वेळ होती. आश्रमातील एका खोलीत समईच्या उजेडात फ्रान्झ म्यूलर समोर कागद घेऊन बसले होते. आपल्या पत्नीला ते पत्र लिहिणार होते. त्या पत्रात काय मजकूर लिहायचा हेही त्यांनी मनाशी ठरवलं होतं. पण मनातील विचार कागदावर उतरत नव्हते. त्यांची लेखणी थांबली होती.

आपल्या प्रिय पित्याच्या अस्थींचं गंगेत केलेलं विसर्जन, गंगातीरी त्यांना दिसलेली विविध दृश्यं, त्या ठिकाणी पाहिलेल्या आणि ऐकलेल्या असंख्य गोष्टी, गंगेच्या धवल जलाची महती, प्रवासात भेटलेल्या एका सुंदर मुलीची हकिगत, या पवित्र आश्रमाची महती अशा किती तरी गोष्टी ते एर्नाला पत्रातून कळविणार होते. पण या आश्रमात आल्यावर त्यांनी जो निर्णय घेतला होता तो निर्णय एर्नाला कळविणं त्यांना सहजासहजी शक्य नव्हतं. त्यांनी विचारपूर्वक घेतलेला निर्णय आणि मनाशी केलेला ठाम निश्चय तिला कळविणं भाग तर होतंच, पण तो निर्णय तिला कळविणार कसा? त्यांचा निर्णय तिला कळल्यावर तिला काय वाटेल, हा प्रश्न त्यांच्यासमोर नव्हताच. पण त्यांचा निर्णय प्रामुख्यानं तिच्या निर्णयावर अवलंबून होता. तिनं नकार दिला असता, तर कदाचित त्यांच्या निर्णयावर पाणी पडणार होतं. त्यांनी घेतलेल्या निर्णयात तिच्या संमतीची गरज होती. तिच्या संमतीशिवाय ते एकही पाऊल पुढे टाकू शकणार नव्हते. त्यामुळे त्यांचं मन बुचकळ्यात पडलं. त्यांनी आपल्या पत्राच्या प्रारंभी लिहिलेल्या 'प्रिय एर्ना,-' या मायन्यावर पुनःपुन्हा दृष्टी टाकली, आणि पत्र लिहिण्यास प्रारंभ केला.

"तुला कसं लिहू आणि काय लिहू हेच मला समजत नाही; पण ज्या गोष्टी तुला समजल्या तर पाहिजेत, अशा गोष्टी लिहून तुला कळविणं मला भाग आहे. माझा अगदी नाइलाज आहे बघ !"

एवढं लिहून ते पुन्हा थांबले. त्यांची लेखणी अडली. काही केल्या लेखणीला

गती येईना. मनात विचारांची धावाधाव सुरू होती, पण लेखणी काही कागदावरून धावेना. त्यांचा अगदी नाइलाज झाला.

समोरच्या कागदावरची दृष्टी काढून त्यांनी बसल्या बसल्या उजवीकडच्या खिडकीतून बाहेर बघितलं. संकष्टी चतुर्थीचं चंद्रबिंब पूर्वक्षितिजावर नुकतंच येऊन ठेपलं होतं आणि चंद्राच्या शीतल शलाका आधीच अंधारात लपेटलेल्या नारळीपोफळी आणि आम्रवृक्ष यांच्या घनदाट वृक्षराजीतून आत घुसत होत्या. रजतपटाचं आवरण आकाशावर घातल्याचा भास होत होता. फ्रान्झ म्यूलर यांना ते दृष्य हरकून टाकणारं होतं. हैडेलबर्गच्या आकाशात असा चंद्रप्रकाश फुललेला त्यांनी कधी पाहिला नव्हता. त्यांना ते दृष्य नवीन होतं. मनाला मोह पाडणारं होतं. फ्रान्झ म्यूलर मनात म्हणाले, 'या पूर्वेकडील भरतभूमीचा ज्ञानप्रकाश असाच पश्चिमेकडील राष्ट्रांच्या अज्ञान-अंधकारात घुसत असला पाहिजे.'

आजच नव्हे, तर भारतात पाऊल टाकल्यापासून वेगवेगळ्या प्रसंगांनी त्यांच्या मनात हाच विचार येऊन गेला होता... .या हिंदू भूमीत सूर्य आणि चंद्र यांच्या मुक्त प्रकाशाची उधळण सर्वत्र होत असते आणि त्यामुळेच या भूमीवर ज्ञानाचं साम्राज्य सतत चाललेलं आहे, असा विचार फ्रान्झ म्यूलर यांच्या मनात दृढ झाला होता. बांकीपूरला असताना एका पहाटे सारी सृष्टी चंद्रप्रकाशात न्हाऊन निघत असताना त्यांच्या मनात हाच विचार आला होता आणि पुढे काशीला असताना त्यांनी ऐन दुपारी सूर्यप्रकाशाचा एक चमत्कार पाहिला होता. त्याही वेळी आपल्याला या भरतभूमीच्या ज्ञानाची जणू गुरुकिल्ली सापडली आहे, अशा कल्पनेनं ते मनाशी म्हणाले होते, 'याच चंद्र-सूर्याच्या प्रकाशामुळे हिंदूंच्या या भूमीत ज्ञानाचं पवित्र राज्य चालतं. हे दृश्य आपल्याला मायदेशी फारसं बघायला सापडत नाही.'

त्यांच्या हातातील लेखणी विसावली; आणि भारतात पाऊल टाकल्यापासून एकेक गोष्टी त्यांना आठवू लागल्या.

बरोबर महिन्यापूर्वी दिल्लीच्या पालम विमानतळावरून निघून फ्रान्झ म्यूलर हे डमडमच्या विमानतळावर उतरले. आपण जणू देवभूमीत प्रवेश करीत आहोत असा भास त्यांना त्या क्षणापासून होऊ लागला. ज्या पवित्र गंगानदीत आपल्या अस्थींचं विसर्जन करावं, अशी त्यांच्या पित्यानं अखेरची इच्छा व्यक्त केली होती, त्या गंगेचं पहिलं दर्शन त्यांना कलकत्त्याला झालं. दुपारच्या वेळी फ्रान्झ म्यूलर गंगाकाठावर उभे होते. जिकडे-तिकडे त्यांना हिरवागार गालिचा दिसत होता. उतारावरचं गवत कापून साफसूफ केलेलं दिसत होतं. कापलेल्या गवताहून प्रत्यक्ष नदीच्या पाण्यापर्यंत जाताना अगदी शेवटाला चिखल दिसत होता. गवताचा हरितवर्ण, चिखलाचा कृष्णवर्ण आणि गंगाजलाचा धवलवर्ण हे परस्परात मिसळून गेल्याचा भास होत होता. उजव्या बाजूला यात्रेकरूंच्या स्नानासाठी ओळीनं घाट होते. मधूनच परटांसाठी

घाट दिसत होते. मानवी शरीर आणि त्या शरीरातील कपडे स्वच्छ करण्याचं कार्य अखंडपणानं सुरू होतं. त्या घाटांना लागून देवालयांच्या शिखरांनी आपलं मस्तक वर काढलेलं दिसत होतं. अधूनमधून तांबड्यालाल विटांची घरं ठाण मांडून बसली होती. घरांच्या भिंतीवर हिरव्यागार वेली सोडलेल्या दिसत होत्या. विटकरीचा तांबडा रंग आणि वेलींचा हिरवा रंग यांचा सुरेख संगम सूर्यप्रकाशात झालेला दिसत होता.

एका बाजूला गंगाकाठी बऱ्याच जुन्या, पडक्या इमारती जीव धरून उभ्या होत्या. त्या इमारतींकडे बोट दाखवून वीरेनबाबू मुखर्जी म्हणाले, "त्या पडक्या इमारती दिसताहेत ना, त्या ठिकाणी सोळाव्या शतकापासून युरोपियन व्यापाऱ्यांची व्यापारी ठाणी होती. १५७५ मध्ये प्रथम पोर्तुगीज व्यापाऱ्यांनी ठाण मांडलं. मग डच आले, इंग्लिश आले, डॅनिश आले. फ्रेंचांनी तर १६७४ मध्ये चंद्रनगरला पहिली फॅक्टरी बांधली. बंकीबाजार येथे १७२३ मध्ये 'फ्लेमिश आस्टेंड' कंपनीनं एक बडी फॅक्टरी बांधली; परंतु ती बांधल्याबरोबर मीर जाफरनं ती जमीनदोस्त केली."

परंतु या नीरस इतिहासात फ्रान्झ म्यूलर यांचं मन मुळीच रमलं नाही.

मग वीरेनबाबू मुखर्जींनी त्यांना आणखी माहिती दिली. ते म्हणाले, "त्या वेळचा नबाब होता ना, त्यानं इंग्रजांना चक्क लिहिलं की, 'जर का जर्मन व्यापारी या आपल्या भागात आले म्हणजे ते आम्हाला आणि विशेषतः तुम्हाला फारच त्रासदायक ठरेल. तसं झालं तर तुम्हाला पश्चात्ताप करण्याची पाळी येईल. आणि मग मात्र मला तुमचा व्यापार बंद करावा लागेल. म्हणून जर्मन जहाजं येणार नाहीत याची काळजी घ्या.' पण इंग्लिश कौन्सिलच्या प्रेसिडेंटनं नबाबाला चक्क सांगितलं की, 'परमेश्वरी कृपेनं जर्मन जहाजं या आपल्या भागात येणार नाहीत आणि आलीच तर त्यांना जलसमाधी तरी मिळेल किंवा त्यांचा आपण नाश करून टाकू.' तेव्हा तुम्हाला या आमच्या भागात यायला मिळालं नाही."

फ्रान्झ म्यूलर हसत म्हणाले, "म्हणून तर आम्ही आत्ता आलो."

परंतु हे बोलतानाही फ्रान्झ म्यूलर यांचं वीरेनबाबूच्या बोलण्याकडे फारसं लक्ष नव्हतं.

ते समोर बघतच होते.

गंगाकाठावर उभं राहून तिच्या अखंड वाहत्या प्रवाहाकडे पाहत असताना त्यांचं मन हरखून गेलं. गीता आणि गंगा या हिंदूंच्या दोन पवित्र गोष्टी का आहेत, हे त्यांना तिथे समजलं. 'गंगाभागीरथी' असा नामोच्चार करीत करीत प्रत्येक हिंदू आनंदानं अनंतात विलीन का होतो, या गोष्टीचं रहस्य त्यांना त्या गंगातीरावर आकलन झालं. त्यांचे पिताजी मानफ्रेड म्यूलर भारताविषयी बोलताना नेहमी म्हणत असत, 'ज्या देशात गीता, गंगा, सविता आणि हिमगिरी आहे, तो देश जगाचं भरणपोषण करील- शारीरिक आणि मानसिकदेखील!' गंगेकडे स्थिर दृष्टीनं बघताना फ्रान्झ

म्यूलर यांना आपल्या पिताजीचे हे शब्द आठवले.

त्या पवित्र गंगाप्रवाहाकडे पाहत असताना फ्रान्झ म्यूलर यांची तंद्री लागली. बराच वेळ ते त्या प्रवाहाकडे बघत राहिले. तो धवल-धूसर प्रवाह त्यांना शिवशंकराच्या भस्मविलेपनाचं स्मरण करून देत होता. त्या प्रवाहापलीकडे दिसणारं नीलवर्ण आकाश बघून त्यांना एका कोड्याचा उलगडा झाल्यासारखं वाटलं. या भूमीला प्रिय वाटणाऱ्या श्रीकृष्णाचा देह नीलवर्ण का, या कोड्याचं उत्तर त्यांना तिथे मिळालं. समोर दिसणाऱ्या या गूढ आकाशाचा रंगच श्रीकृष्णाच्या रूपानं या भूमीत अवतरला असला पाहिजे, हे त्यांच्या मनानं पक्कं केलं. हिंदू देवदेवतांवर चवऱ्या ढाळाव्या लागतात, ही गोष्ट त्यांना माहीत होती. श्रीकृष्णाची कल्पना त्यांच्या मनात स्थिर झाल्यावर त्यांना नारळ आणि खजूर यांची झाडं चवऱ्यासारखी दिसू लागली. या चवऱ्यांच्या खाली लाल व पिवळा या रंगांचं वन पसरलेलं होतं. या वनात आंबे, फणस व लिची यांचे वृक्ष आपल्या हिरव्यागार शाखापल्लवांनी डोलत होते. त्यांची राई इतकी दाट होती, की तिच्यातून एकाही झाडाचं खोड दिसत नव्हतं. याच गर्दीत मधूनच बांबूंची बेटं आकाशाकडे तोंड करून स्थितप्रज्ञाप्रमाणे उभी होती. हा सारा देखावा पाहून फ्रान्झ म्यूलर यांनी विनम्रभावानं आपली दृष्टी खाली वळवली. त्यांना त्या ठिकाणी विविधरंगी गालिचा दिसला. क्षितिजापासून आकाशापर्यंत त्यांना सौंदर्याशिवाय दुसरं काहीच दिसेना. त्या सौदर्यात विविध रंग होते, उन्मत्त सुवास होता आणि या साऱ्या सौदर्याला सुरेख सूर्यप्रकाशाची सोबत होती. समोर दिसणाऱ्या त्या नाना प्रकारच्या रंगसंगतीत केवढी जादू होती!

फ्रान्झ म्यूलर मनात म्हणाले, 'तांबड्या लाल रंगाची भूल पडून पतंग जशी दीपशिखेवर झेप घेतो, तशीच या भूमीतील सौंदर्यावर आपण झेप घेत आहोत. त्या पतंगाप्रमाणे आपण नष्ट होऊन जाणार आहोत का? आणि नष्ट झालो तर या समोरच्या पवित्र गंगेतच आपल्या अस्थी बुडतील. आपण पवित्र होऊन जाऊ, मुक्त होऊन जाऊ!'

एवढ्यात त्यांच्या कानावर गंगास्तोत्र पडलं. गंगाजलात बुडी मारण्यापूर्वी कुणी तरी भाविक भक्त म्हणत होता- 'यत्र गंगा च यमुना च यत्र प्राची सरस्वति!'

❖❖

कलकत्त्याला उतरल्यावर पुढे कुठे जायचं, हा प्रश्न फ्रान्झ म्यूलर यांच्यापुढे मुळीच नव्हता. विमानात प्रवास करताना वीरेनबाबू मुखर्जी यांची व त्यांची चांगली जानपछान झाली होती. वीरेनबाबू मुखर्जी हे कलकत्त्याचे फार मोठे व्यापारी. पालम विमानतळावरून कलकत्त्याच्या डमडम विमानतळावर उतरण्यापूर्वी वीरेनबाबू फ्रान्झ म्यूलर यांना म्हणाले, ''तुम्हाला आता आमच्या घरी आलं पाहिजे. प्रथम आमचा

पाहुणचार घ्या आणि मग मी तुम्हाला एक गोष्ट सुचविणार आहे.''

असं म्हणून वीरेनबाबू काही काळ थांबले. बोलताना प्रत्येक गोष्टीचा अंदाज घेतल्याशिवाय एकही शब्द त्यांच्या तोंडून बाहेर पडत नसे. व्यापारात बोलताना ते जसे तोलूनमापून बोलत, त्याप्रमाणे एरवीच्या बोलण्यातही ते तसेच तोलूनमापून बोलत. जणू त्यांच्या शब्दांची नाण्यात किंमत केली जात असे.

आपले गोल टपोरे डोळे फ्रान्झ म्यूलर यांच्यावर स्थिर करीत वीरेनबाबू पुढे म्हणाले, ''तुम्ही जर्मनीतून आला आहात. तुम्हाला मी एक गोष्ट सुचविणार आहे. येथून जवळच बांकीपूर या नावाचं एक सुरेख गाव आहे. त्या ठिकाणी १७२३ मध्ये तुमच्या जर्मन कंपनीनं आपली वखार उघडली होती. आलाच आहात तर ते ठिकाण पाहून जा. त्या ठिकाणी दिनेशबाबू चटोपाध्याय म्हणून माझा व्यापारी मित्र आहे. त्याला मी पत्र देतो. फार चांगली मंडळी आहेत; आणि मी नुकतंच ऐकलं आहे की, त्याची मुलगी भारती ही काही कारणानिमित्त जर्मनीला जाणार आहे. तेव्हा...''

फ्रान्झ म्यूलर मध्येच म्हणाले, ''वा, वा! काय योग आहे! भारती नाव आहे काय त्या मुलीचं! किती सुरेख नाव आहे! भारती...भारती!''

एखाद्या आवडत्या नावाचा पुनःपुन्हा उच्चार करावा, तसं त्यांनी तिच्या नावाचा उच्चार केला आणि ते गप्प बसले.

बांकीपूरला जाताना फ्रान्झ म्यूलर पुनःपुन्हा म्हणत होते की, 'या पवित्र देशात याच गंगातीरावर आपल्या पूर्वजांनी दोनशे वर्षांपूर्वी वखार काढली होती. केवढे भाग्यवान आपले पूर्वज! त्या वखारीची इमारत अद्याप जाग्यावर असेल, तर आपण ती पाहिली पाहिजे!'

❖ ❖

बांकीपूरला उतरल्यापासून फ्रान्झ म्यूलर ज्याला-त्याला विचारित होते, ''इथे पूर्वी जर्मन व्यापारी वखार होती ना? आहे का त्या वखारीची इमारत? मला पाहायची आहे!''

या त्यांच्या प्रश्नांना बहुतेकांनी नकारार्थी उत्तर दिलं. एवढ्यात एक वृद्ध माणूस जवळ आला आणि म्हणाला, ''माझ्या लहानपणीच ती इमारत मोडकळीला आली होती. पण मी त्या इमारतीचे पडके अवशेष पाहिल्याचं मला पक्कं स्मरत!''

फ्रान्झ म्यूलर यांनी आस्थेवाईकपणे विचारलं, ''निदान ती जागा तरी दाखवू शकाल का?''

त्या वृद्ध गृहस्थानं ती जागा दाखवली.

फ्रान्झ म्यूलर धावतच त्या भागाकडे गेले. त्या भागात गेल्यावर त्यांना अंडाकृती अशी एक इमारत दिसली. त्या इमारतीची उंची शंभर फुटांच्या वर

असावी. त्या इमारतीच्या भिंती निदान बारा फूट रुंदीच्या असाव्यात.

त्या भव्य इमारतीची त्यांनी कुणाला तरी माहिती विचारली. ही इमारत १७८६ मध्ये पुरी झाली. वॉरन हेस्टिंग्जच्या सांगण्यावरून कॅप्टन गारस्टिन यानं या धान्य-कोठाराच्या इमारतीचं काम हाती घेतलं. ते अडीच वर्षं चाललं होतं. दुष्काळात धान्य भरून ठेवण्यासाठी या कोठाराचा उपयोग होई. या कोठारात सुमारे दीड लक्ष टन धान्य मावत असे. हे कोठार मोकळं असलं म्हणजे तिथे उत्तम प्रतिध्वनी घुमत असे. गोल या नावानं हे धान्य कोठार प्रसिद्ध होतं.

फ्रान्झ म्यूलर हे दुपारच्या वेळेला त्या ठिकाणी गेले तेव्हा सारे मार्ग बैलगाड्यांनी अडविले होते. गाडीतून धान्याची पोती उतरवली जात होती आणि त्या धान्यकोठारात भरली जात होती. हे एवढं उंच कोठार केव्हा भरलं जाणार कुणास ठाऊक, हा विचार फ्रान्झ म्यूलर यांच्या मनात येतो न येतो तोच एका माणसानं त्यांना सांगितलं, "हे एवढं उंच कोठार आहे ना; बघा किती पायऱ्या आहेत त्या! पण नेपाळचे जंग बहादूर यांनी आपला घोडा थेट वर नेला होता आणि तसाच खाली आणला होता!"

त्या वृद्ध माणसानं सांगितलेल्या ठिकाणी फ्रान्झ म्यूलर यांनी पुनःपुन्हा बघितलं. ती जागा गंगातीरावर होती. ती खडबडीत दिसत होती. गुरांचं शेण तेथे सांडलं होतं. तिथेच गुरे चरत होती. ती जागा फ्रान्झ म्यूलर यांनी डोळे भरभरून पाहिली. इकडे धान्यकोठार आणि तिकडे गंगा नदी! 'ज्या देशात एवढी धान्यकोठारं असतात, तो केवढा भाग्यवान देश! या भाग्यवान देशात आपले पूर्वज येऊन धन्य होऊन गेले!' हा विचार फ्रान्झ म्यूलर यांच्या मनात पुनःपुन्हा येत होता.

त्या धान्य कोठाराच्या माथ्यावर चढून फ्रान्झ म्यूलर यांनी समोर बघितलं. मोठं वळण घेऊन गंगा शहरात घुसली होती. तिचं पात्र निदान अर्धा मैल तरी रुंद असावं. याच परिसरात गंगेला घोग्रा आणि शोण या दोन नद्या येऊन मिळाल्या आहेत. गंगेला जे पाणी मिळतं ते तीर्थ होऊन जातं, त्याप्रमाणे बांकीपूरला सगळीकडे गंगा तीर्थ बनलेलं आहे.

त्या धवल गंगातीर्थात माथ्यावरच्या सूर्याची धवल किरणं पडलेली होती. त्या मनोहर दृश्यावरून दृष्टीही काढावीशी वाटत नव्हती. जितकं अधिक बघावं तितकं सौंदर्य अधिक वाढत होतं.

बराच उशीर झालेला होता. दुपार पश्चिमेकडे झुकायला लागली होती. माथ्यावरची किरणं आता तिरपी झाली होती. वीरेनबाबूंनी दिनेशबाबू चटोपाध्याय यांना पत्र दिलं होतं. परंतु अवेळी त्यांच्या घरी जाण्यापेक्षा एखाद्या हॉटेलात जेवून जावं असा विचार करून त्यांची पावलं एका फ्रेंच हॉटेलकडे वळली.

गंगाकाठच्या त्या 'लिबर्टी' हॉटेलमध्ये प्रवेश केल्याबरोबर त्यांना तेथील वातावरणाची चांगली कल्पना आली. फ्रेंच भाषेतील 'Liberte' ही हॉटेलवरील

पाटी त्यांना सहज वाचता आली. विविध राष्ट्रांतील तत्त्वज्ञानाचा अभ्यास करताना फ्रान्झ म्यूलर यांना फ्रेंच भाषेचाही थोडाफार अभ्यास करावा लागला होता.

हॉटेलमध्ये एका बाजूला चांगली जागा पाहून ते बसले. कलकत्त्याच्या रामरगाड्यातील जीवनाला कंटाळून बडे इंग्रज लोक आठवड्यातील सुट्टीचा दिवस या हॉटेलात मौज करण्यात घालवीत असत, या गोष्टीची फ्रान्झ म्यूलर यांना कल्पनाही नव्हती. मदिरापान व नाचरंग यांनी हॉटेलचं वातावरण धुंद बनत असे, हेही त्यांना माहीत नव्हतं. शनिवारची रात्र तर विशेष धुंद बने. शनिवारी संध्याकाळपासूनच रंगेल इंग्रज लोक आपल्या मेमसाहेबांच्या गळ्यात हात टाकून या हॉटेलात दाखल होत. संध्याकाळपासूनच मंद स्वरातील संगीताला प्रारंभ होई. ग्रीक नाही तर बीटहूव्हन यांच्या संगीत रचना साकार होत. मग मदिरापानानं धुंद झालेली जोडपी परस्परांच्या कुशीत विसावून बेबंदपणानं नृत्य करू लागत. रात्र सरे पण रंग उरे. रविवारचा आख्खा दिवस आळसावलेल्या अवस्थेत जाई; परंतु सारा दिवस बिछान्यात साहेबाच्या कुशीत त्याची मड्डम विसावलेली असे.

या धुंद दिवसांची फ्रान्झ म्यूलर यांना कुठून कल्पना असणार? गंगातीरावर असल्या तऱ्हेचं तीर्थस्थान असेल, या गोष्टीची शक्यताही त्यांना वाटली नसावी. आणि आता तर या फ्रेंच हॉटेलचं हे रंगरूप पार पालटून गेलं होतं. काळानुरूप या हॉटेलचा रंग पालटला होता. फक्त आठवणी मागे रेंगाळत राहिल्या होत्या. दारूबंदीमुळे कोनॅक ऐवजी आता या हॉटेलात कोकाकोला मिळू लागला होता. त्याबद्दल एक इंग्रज माणूस तक्रार करीत होता, तेव्हा तेथील वेटर त्या इंग्रज माणसाला दबल्या आवाजात फ्रेंचमध्ये म्हणाला, ''arranger quelque chosed' d'assez agreable et au meme temps discret.''

तो वेटर दबल्या आवाजात बोला, तरी फ्रान्झ म्यूलर यांना सारं बोलणं ऐकू आलं. त्यांना त्या बोलण्याचं हसूही आलं.

तो वेटर त्या इंग्रज माणसाला सांगत होता, ''तुम्ही तुमच्याबरोबर मेमसाहेब आणल्या नाहीत तर मला तशी पूर्वसूचना द्या. मी तुमची सारी व्यवस्था करतो. मदिरा आणि मदिराक्षीसुद्धा!''

हिंदू लोक या गंगेला एवढं पवित्र मानतात आणि या गंगातीरावर एका फ्रेंच हॉटेलमध्ये अशा गोष्टी चालतात! या विसंवादाचा फ्रान्झ म्यूलर यांना मोठा विषाद वाटला. त्यांनी कसं तरी आपलं जेवण उरकलं आणि बाहेर येऊन पुन्हा गंगेच्या प्रवाहाकडे ते बघत राहिले. उन्हं कलली होती. त्यांना त्या वेळेचं वेगळंच सौंदर्य दिसू लागलं. किती तरी वेळ ते त्या ठिकाणी गंगाप्रवाहाकडे बघत उभे होते.

❖❖

दिनेशबाबू चटोपाध्याय यांचा पत्ता काढून ते त्यांच्या घरी जाऊन पोचले, तेव्हा दिवेलागणीची वेळ झाली होती. त्यांच्या घरी गेल्यावर दिनेशबाबूंची मुलगी भारती ही तिच्या नावाप्रमाणेच सुरेख आहे, या गोष्टीची फ्रान्झ म्यूलर यांना खात्री पटली. दिनेशबाबू चटोपाध्याय, त्यांची पत्नी नंदिनीदेवी आणि भारती ही सारीच मंडळी अगत्यशील आहेत, ही गोष्ट पटायला त्यांना फार वेळ लागला नाही.

दिनेशबाबूंचा तागाचा फार मोठा व्यापार होता आणि त्यासाठी त्यांना अनेक वेळा परदेशी फेऱ्या कराव्या लागत. चटोपाध्याय या दांपत्याला एकच मुलगा झाला होता. त्याचं नाव भरतकुमार. गावातल्या एका मशहूर ज्योतिष्याकडून त्याची लहानपणीच पत्रिका करून घेतली होती. त्या ज्योतिष्यानं त्या मुलाला बाराव्या वर्षी मृत्युयोग सांगितला होता; पण मृत्युंजयाचा जप केल्यास तो कुयोग टळण्याजोगा आहे, असंही सांगितलं होतं. त्यासाठी हजार-पाचशे रुपये खर्च करायला हवा होता. नंदिनीदेवींनी वाटेल ते करून तो खर्च करण्याची दिनेशबाबूंना गळ घातली होती; परंतु दिनेशबाबूंनी तिकडे दुर्लक्ष केलं होतं. एक तर त्यांचा स्वतःचा ज्योतिषशास्त्रावर मुळीच विश्वास नव्हता आणि दुसरी गोष्ट म्हणजे अशा खुळ्या कल्पनांच्या आहारी जाऊन हजार-पाचशे रुपये खर्च करण्याची त्या वेळी त्याच्या कुटुंबाची परिस्थितीही नव्हती.

त्यांच्या दुदैवानं त्या ज्योतिष्याचं भविष्य खरं ठरलं होतं. वयाच्या बाराव्या वर्षी त्यांचा एकुलता एक मुलगा भरतकुमार हा अल्पकालीन आजारानंतर मृत्युमुखी पडला होता. त्याच्या मृत्यूनंतर नंदिनीदेवींनी जो शोक केला तो कोणाच्याही अंतःकरणाला पीळ पाडणारा असाच होता. 'मृत्युंजयाचा जप केला असता, तर माझा एकुलता एक मुलगा बचावला असता. केवळ हजार-पाचशे रुपयांसाठी माझ्या पोटचा मुलगा कायमचा गमावला,' असं त्या पुनः पुन्हा म्हणत. हे म्हणताना त्या आपलं ऊर बडवून घेत. काही दिवस नंदिनीदेवींनी अन्न-पाणीही वर्ज्य केलं होतं. पुत्रवियोगाच्या दुःखानं त्यांचा ऊर फाटण्याची वेळ आली होती. त्या दुःखाच्या भरात त्यांची तोंडाला येईल ती बडबड चालू असे. दिनेशबाबूंना त्यांचं ते बोलणं निमूटपणानं ऐकून घ्यावं लागे.

काही कालावधीनंतर भारतीचा जन्म झाला. तेही भविष्य त्याच ज्योतिष्यानं वर्तवलं होतं; आणि भारतीच्या पायगुणानं दिनेशबाबूंच्या व्यापारात बरकत येईल व त्यांच्या घरात अपरंपार धन-दौलत नांदू लागेल, हेही भविष्य त्याच ज्योतिष्यानं वर्तवलं होतं. त्या ज्योतिष्यानं वर्तवलेली ही भाकितं अगदी तंतोतंत खरी ठरली होती, ही गोष्ट दिनेशबाबूंना नाकारता येण्यासारखी नव्हती. त्यामुळे त्याच ज्योतिष्यानं भारतीला परदेशगमनाचा योग सांगितला होता, या गोष्टीवर त्यांना विश्वास ठेवणं भागच होतं. मात्र भारतीनं परदेशी जाऊ नये, कारण पदरचं मोडून परदेशी जाण्यात

काय फायदा होणार होता? शिवाय भरतकुमारच्या मृत्यूनंतर जन्माला आलेल्या लाडक्या लेकीचा विरह त्यांना सहन होण्याजोगा नव्हता. एरवी नंदिनीदेवींचं तेच मत पडलं असतं; परंतु त्यांच्या ज्योतिष्यानं भारतीला परदेशगमनाचा योग सांगितला होता. परदेशी जाऊन भारती स्वगृही सुखरूप परत येईलच, पण येताना परदेशातून ती फार मोठं नाव कमावून येईल, असं स्पष्ट भविष्य त्या ज्योतिष्यानं वर्तविलं होतं. त्यामुळे नंदिनीदेवी तिच्या परदेशगमनाला अनुकूल होत्या.

गेल्या आठ दिवसांत त्यांच्या घरात याच विषयावर वाद चालला होता. 'विश्वकुटुंब' या नावाची एक आंतरराष्ट्रीय संस्था कलकत्त्याला नुकतीच स्थापन झाली होती. परस्परांच्या देशात जाऊन तेथील कुटुंबव्यवस्थेची माहिती गोळा करायची आणि उभ्या जगात सामरस्य निर्माण व्हावं म्हणून एक विश्वकुटुंब प्रस्थापित करायचं, हा त्या संस्थेचा हेतू होता. कलकत्ता विद्यापीठातून पदवी परीक्षेत पहिल्या आलेल्या विद्यार्थ्याची त्यासाठी निवड करायची पद्धत ठरलेली होती. या वर्षी संस्कृत हा विषय घेऊन भारती विद्यापीठात पहिली आली होती. भारतातील विद्येबद्दल जर्मनीतील विद्वानांना अपार प्रेम म्हणून भारतीनं प्रथम जर्मनीत जावं व तिथल्या कुटुंबव्यवस्थेची माहिती गोळा करावी, असं ठरलं होतं. अर्थात् या परदेशगमनाचा साराच खर्च 'विश्वकुटुंब' या संस्थेला करता येण्यासारखा नव्हता. खर्चाचा काही भाग दिनेशबाबूंना उचलावा लागणार होता; आणि नेमकी तीच गोष्ट त्यांना नको होती. त्यांच्या व्यापारी वृत्तीत तो खर्च बसत नव्हता.

फ्रान्झ म्यूलर जेव्हा त्यांच्या घरी पाहुणे म्हणून येऊन ठेपले, तेव्हा साहजिकच त्यांच्यासमोर तो प्रश्न विचारासाठी आला. भारतीनं तर त्यांची पाठच सोडली नाही. तिनं त्यांना जर्मनीबद्दल व तेथील कुटुंबव्यवस्थेबद्दल हरएक प्रश्न विचारले. त्यांनीही त्या साऱ्या प्रश्नांची मोठ्या आस्थेवाईकपणे उत्तरं दिली. ''मी तुमच्या देशात जावं किंवा नाही याबद्दल तुमचं काय मत आहे?'' असं भारतीनं त्यांना पुनःपुन्हा विचारावं आणि ''हे काय विचारणं झालं? मी नाही का तुमच्या देशात आलो? मग तुम्हीही आमच्या देशात येऊन परतफेड करायला नको का?'' असं त्यांनी उत्तर द्यावं.

आपल्या मृत पित्याच्या अस्थी बरोबर घेऊन त्यांचं गंगेत विसर्जन करण्यासाठी हा जर्मन माणूस एवढ्या दूर भारतात आलेला आहे, या गोष्टीचं आश्चर्य मात्र दिनेशबाबूंच्या मनात ठाण मांडून बसलं होतं. त्यांनी त्याबद्दल फ्रान्झ म्यूलर यांना विचारलं तेव्हा ते म्हणाले, ''खरोखरच तुमची ही गंगा आणि तुमचा हा देश पवित्र आहे. जणू जगातील साऱ्या पवित्र गोष्टी एकत्र करून या गंगानदीच्या प्रवाहात आणून सोडल्या आहेत. मग तुमची ही गंगा का नाही पवित्र वाटणार? आणि तिचं दर्शन घेण्यासाठी आम्ही का नाही येणार? माझ्या पिताजींनी शेवटच्या क्षणी या गंगेचंच तीर्थ घेऊन धन्यतेनं प्राण सोडला.''

भारतीनं मध्येच विचारलं, "तिकडे कुठे आलं गंगातीर्थ?"

फ्रान्झ म्यूलर म्हणाले, "आमच्या घराच्या खालीच डिटमार ओटोमन या नावाचे गृहस्थ राहतात. जुन्या भारतीय वस्तूंचं त्यांचं दुकान आहे. माझ्या पिताजींनी त्यांच्याकडून खास गंगातीर्थ मागवून घेतलं- भारतातील त्यांच्या एका मित्राकडून! माझ्या पिताजींना हिंदू धर्माबद्दल केवढा अभिमान! हिंदू धर्मातील रूढीप्रमाणे माझं दहन करा आणि माझ्या अस्थी गंगेत विसर्जित करा, ही तर त्यांची अखेरची इच्छा होती. म्हणून तर मी इकडे आलो. ही गंगा नदी पाहिल्यावर मलाही वाटलं की, या गंगेच्या उदरातच चिरविश्रांति घ्यावी!"

हे म्हणताना फ्रान्झ म्यूलर गंभीर झाले. भारतीनं त्यांना विचारलं, "तुमच्या हैडेलबर्गची नदी कोणती?"

"नेकर!"

"ती तुम्हाला पवित्र वाटत नाही?"

या तिच्या प्रश्नावर फ्रान्झ म्यूलर म्हणाले, "आमच्या नेकर नदीत पाणी आहे, या तुमच्या गंगेत तीर्थ आहे."

आणि एवढं बोलल्यानंतर ते हसत पुढे म्हणाले, "पण काही झालं तरी आमचा देश बघायला तुम्ही जरूर या. मी तुम्हाला घरी पत्र देतो."

भारतीनं एकदम विचारलं, "घरी कोण कोण आहे?"

फ्रान्झ म्यूलर म्हणाले, "पत्नी आणि मुलगा!"

भारतीनं पुन्हा विचारलं, "त्यांनाही मग आमचा धर्म, आमचा देश आवडत असेल- तुमच्याप्रमाणेच!"

फ्रान्झ म्यूलर गप्प बसलेले पाहून भारती म्हणाली, "मला माफ करा. तुम्हाला नको असलेला प्रश्न विचारला असेल तर!"

फ्रान्झ म्यूलर उदासवाणे हसले आणि म्हणाले, "तुमच्या धर्माशी माझ्या पत्नीचा तर उभा दावा आहे...पण काय करणार? जो तो आपापल्या प्रवृत्तीनुसार वागत असतो. ती तिच्या आणि मी माझ्या! कुणीच कुणाला बदलू शकत नाही...मुलगा मात्र आमच्याच पिंडाचा आहे. त्यालाही तुमच्या हिंदू धर्माबद्दल केवढं प्रेम!"

भारती हसत म्हणाली "मग त्याचं आणि माझं जमेल!"

आणि थोडा वेळ थांबून तिनं विचारलं, "केवढा आहे पण मुलगा? नाव काय त्याचं?"

फ्रान्झ म्यूलर हसले आणि म्हणाले, "तुमच्यापेक्षा थोडा मोठा आहे. फार हुशार आहे. इंजिनिअर झाल्यानंतर क्रुप कंपनीत त्याला मोठी नोकरी लागली आहे.. त्याच्या आजोबानं त्याचं नाव काय ठेवलं आहे माहीत आहे? गोकूळअष्टमीला त्याचा जन्म झाला म्हणून त्याचं नाव त्यांनी केवढ्या आवडीनं मुकुंदा ठेवलं. पण

त्याच्या आईला ते साफ मंजूर झालं नाही. तुमच्या धर्माबद्दलचा द्वेष तर तिच्या रोमारोमात भिनला आहे. म्हणून तिनं त्याचं नाव अल्बर्ट ठेवलं. ती त्याला हिंदू धर्माच्या वाऱ्यालाही उभं राहू देत नाही. पण तुम्हाला खोटं वाटेल, तो कित्येक वेळा आईचा डोळा चुकवून ध्यानाला बसतो- थेट तुमच्या शंकरासारखा! त्याचे आजोबा तर त्याला अखेरपर्यंत मुकुंदा याच नावानं हाक मारत होते!''

''मुकुंदा! काय गंमत आहे बाई! मुकुंदा!'' असं म्हणून भारती मनसोक्त हसत सुटली.

एखाद्या गोष्टीचा निष्कर्ष सांगावा त्याप्रमाणे फ्रान्झ म्यूलर म्हणाले, ''आमचं हैडेलबर्ग विद्यापीठ तर तुम्ही पाहिलंच पाहिजे. तुमच्या संस्कृतचं अध्ययन तर तिथे फार मोठ्या प्रमाणावर चालतं. संस्कृतातील सारे ग्रंथ तिथे आहेत. शिवाय 'भारतीय संस्कृती' हा विषय आम्ही तिथे शिकवतो. मी त्या विषयाचा अध्यापक होतो. तुम्ही जरूर जरूर आमच्या देशात जा.''

''तुम्ही केव्हा परतणार?''

भारतीच्या या प्रश्नावर फ्रान्झ म्यूलर हसत म्हणाले, ''जसा योगायोग असेल तसं होईल. ते माझ्या हातात थोडंच आहे? मी तर म्हणतो की, माझ्या बदल्यात तुम्ही तिकडे जा. मी तुम्हाला घरी पत्र देतो...त्यांना सांगा, की मी भारतात खुशाल आहे. तिकडे येण्याचं बघेन...नाही तर...''

एवढं बोलून ते गप्प बसले.

त्यानंतर भारतीच्या जाण्याविषयी त्यांच्या घरात फारसा वाद झाला नाही. तिनं म्यूलरसाहेबांचं ओळखपत्र घेऊन तिकडे जावं व काही दिवस त्यांच्याच घरी उतरावं, असं ठरलं.

त्या दिवशी पहाटे फ्रान्झ म्यूलर अचानक जागे झाले. सकाळी उठून ते काशीला जाण्यासाठी निघणार होते. पहाटेच्या वेळी त्यांना जेव्हा जाग आली तेव्हा चंद्र आकाशाच्या माथ्यावर आला होता; आणि नारळी-पोफळींचे शेंडे त्या चंदेरी प्रकाशात चमकत होते. गॅलरीजवळच्या खिडकीतून त्यांची दृष्टी बाहेर वळली. बाहेरच्या तळ्यातील शांत जलाशयात चंद्राचं धवल प्रतिबिंब स्पष्ट पडलेलं दिसत होतं. जणू त्याच जलाशयातून चंद्राचा प्रकाश वर येत होता आणि त्या प्रकाशानंच त्या वृक्षांचे माथे उजळून निघत होते. ते मनाशी म्हणाले, 'हिंदूंच्या या भूमीत ज्ञानाचं जे पवित्र राज्य चालतं ते याच प्रकाशामुळे असेल का? प्रकाशाचा आणि ज्ञानाचा परस्परसंबंध आहेच आहे! आणि अखेरीस याच ज्ञानातून खरंखुरं जीवन निर्माण होतं.'

बांकीपूरहून फ्रान्झ म्यूलर हे काशीला गेले. एके दिवशी दुपारी ते अद्‌भुत दृश्य पाहिल्यावर त्यांनी हेच उद्‌गार काढले.

त्या दिवशी सकाळी आपल्या पित्याच्या अस्थींचं गंगेत विधीपूर्वक विसर्जन केल्यावर फ्रान्झ म्यूलर गंगाघाटावर बसले होते. धुक्यातून सूर्यानं नुकतंच डोकं वर काढलं होतं. सृष्टीच्या रंगभूमीवर एका बाजूनंच प्रकाशझोत टाकावा, तसं दृश्य दिसत होतं. समोरून एक होडी पाणी कापत चाललेली होती. त्या होडीमागे पाण्यावर तेलाचा तवंग उठत होता. त्या होडीत पांढरी शुभ्र वस्त्रं परिधान केलेल्या स्त्रिया बसलेल्या धुक्याच्या पडद्यातून अंधूकपणानं दिसत होत्या. धुक्यामुळे पलीकडचं काहीच दिसत नव्हतं. त्यामुळे ती होडी अज्ञाताच्या प्रवासाला निघालेली आहे, असं वाटत होतं. हळूहळू धुक्याच्या पडद्यातून सूर्यप्रकाश घुसत होता; आणि घाटामागून घाट दृष्टिपथात येत होते. बघता बघता धुकं कुठल्या कुठे विरून गेलं आणि सूर्यप्रकाशाचं साम्राज्य सर्वत्र सुरू झालं. त्या सूर्यप्रकाशात देवळांचे सुवर्णकळस चमकू लागले, मशिदींचे मनोरे झळकू लागले आणि आश्रमांच्या एकाकी, पण वैशिष्ट्यपूर्ण इमारती दिसू लागल्या. त्या बैठ्या इमारतीच्या मागच्या बाजूला अजूनही धुक्याचं साम्राज्य पसरलेलं होतं. अज्ञातात विलीन होणं, हा जणू त्या आश्रमांचा धर्म होता. दशाश्वमेध घाट, पंचतीर्थ घाट, मनकर्णिका घाट असे किती तरी घाट दृष्टिपथात येत होते. याच दशाश्वमेध घाटावर ब्रह्मदेवानं दशाश्वमेध यज्ञ केला. याच मनकर्णिका घाटावर पार्वतीची कर्णफुलं गळून पडली. याच ठिकाणी एका संगमरवरी दगडावर श्रीविष्णूच्या पादुका कोरलेल्या होत्या. त्याच्या वरच्या बाजूला दुर्गादेवीच्या मंदिराचा सुवर्णकळस मोठ्या दिमाखानं चमचमत होता. पंचगंगातीर्थाची कथा तर त्याहून न्यारी. त्या तीर्थस्थानी गंगेला चार नद्या येऊन मिळाल्या; परंतु त्या साऱ्या अदृश्य स्वरूपात होत्या. गंगेच्या खालच्या बाजूला पुलापलीकडे असलेला आदिकेशव घाट मात्र दृष्टिपथात येत नव्हता.

समोर दिसणाऱ्या साऱ्या घाटांची माहिती फ्रान्झ म्यूलर यांनी विचारून घेतली. त्यांच्या दृष्टीला विविध स्वरूपांची दृश्य दिसत होती. ती त्यांना अगदीच अपरिचित अशी वाटत होती. असंख्य भाविक लोक गंगास्नानाला आले होते. काही लोक स्नान उरकून दर्शनाला निघाले होते. घाटाच्या ज्या दगडी पायऱ्यांवरून लोक स्नानासाठी खाली उतरत होते किंवा स्नान करून वर चढत होते त्या पायऱ्या कितीतरी झिजलेल्या आणि काही ठिकाणी तुटलेल्या दिसत होत्या. गेली असंख्य वर्षं लक्षावधी भक्तांचे आणि तडीतापसींचे पाय त्या पायऱ्यांना स्पर्श करून गेले असतील. त्यामुळे ही पायऱ्यांची दशा झाली होती. ही लोकयात्रा याहीपुढे अशीच चालू राहणार होती. घाटावर सभोवती दृष्टी टाकल्यावर दाटीवाटीनं उभी असलेली घरं दिसत होती. घरांचे प्रकार तरी किती विचित्र! उत्तुंग राजवाड्यापासून बैठ्या घरांपर्यंत! यातच धर्मशाळांच्या भव्य इमारती आपली मस्तकं उन्नत करून भाविकांना आश्रयाचं आवाहन करताना दिसत होत्या.

फ्रान्झ म्यूलर यांची दृष्टी मागच्या गल्लीच्या रस्त्याकडे वळली. सर्वांगाला भस्म विलेपन करून एक जटाधारी माणूस त्या रस्त्यावरून लोळत चाललेला त्यांना दिसला. त्यांनी चौकशी केली तेव्हा त्यांना समजलं की, आपला कसला तरी नवस फेडण्यासाठी चारशे मैल अंतरावरून हा माणूस लोळत लोळत विश्वेश्वराच्या पिंडीवर मस्तक टेकविण्यासाठी चाललेला आहे. माझं अमुक झालं, तर विश्वेश्वराच्या पायापर्यंत लोळण घालीत येईन, असे नवस अनेक लोक करतात व ते नवस फेडण्यासाठी येथे येतात. हा माणूस गेले आठ महिने रस्त्यावरून लोळत येत होता आणि चारशे मैलांचं अंतर काटून त्या दिवशी त्या पुण्य क्षेत्रात येऊन दाखल झाला होता.

ते दृश्य बघून फ्रान्झ म्यूलर अगदी थक्क होऊन गेले. हे वेड असेल तर ते श्रद्धेचं वेड आहे. या भरतभूमीत मूर्तिमंत श्रद्धा नांदत असून, त्यामुळेच या भूमीला एवढं पावित्र्य प्राप्त झालं आहे, असं त्यांना मनोमन वाटू लागलं.

काशीला आल्यापासून त्यांनी बरीच उद्वेगजनक दृश्यं बघितली होती. ज्या भल्या हॉटेलमध्ये ते उतरले होते, ते हॉटेल भिकार होते. तेथील फर्निचरला अवकळा प्राप्त झालेली होती. तेथील अन्न त्यांच्या चवीला उतरलेलं नव्हतं. पाहुण्यांची सरबराई करण्यात वेटर्स तत्पर नव्हते. तेथून बाहेर पडल्यावर त्यांना जी रिक्षा दिसली ती रिक्षा एका माणसाकडून ओढली जात होती. तो माणूस घामाघूम झाला होता, पण आत बसलेल्या गलेलट्ट माणसाला त्याची कसलीच क्षिती नव्हती. माणूसच माणसाला गुरासारखा ओढत होता. त्याच रस्त्यावरून चाललेल्या एका बैलगाडीत भलेमोठे लाकडी ओंडके, धान्याची पोती आणि गुळाच्या ढेपा एवढा माल भरगच्च भरून चालला होता. त्या बैलांना गाडी ओढवत नव्हती. बैल फरफटत चालले होते. रिक्षा ओढणारा माणूस असाच फरफटत चालला होता. ज्या पशूमध्ये ही भारतीय माणसं देवाचं रूप बघतात त्या माणसातलाच पशू अद्याप दूर झालेला नाही, असा विचार फ्रान्झ म्यूलर यांच्या मनाला चाटून गेला. या देवभूमीत हे असं का घडतं, असा प्रश्न त्यांनी आपल्या मनाला पुनःपुन्हा विचारला. हे लोक दारिद्र्यानं गांजलेले आहेत म्हणून असं घडतं? या भूमीत हे दारिद्र्य कुणी निर्माण केलं? ही कुणाची करणी आहे?

हा विचार आताही त्यांच्या मनात आला, त्याच वेळी भाविकतेचं, श्रद्धेचं दुसरं एक दृश्य त्यांना दिसलं. आंधळ्या, पांगळ्या आणि लंगड्या अशा भिकाऱ्यांचा एक भला मोठा तांडा त्याच रस्त्यावरून भीक मागत चालला होता. ते भिकारी नाममहिम्याचा दोहा मोठ्या भक्तिभावानं गात चालले होते. तालसुरात ते म्हणत होते, ''हरि तुम बहुत अनुग्रह कीन्हो साधन धाम बिबुध दूरलभ तंनु मोहि कृपा करि दीन्हों कोटिहुँ मुख कहि जात न प्रभुके, एक एक उपकार ।- साधनेचं मंदिर असा हा मनुष्यदेह तू मला दिला आहेस, हीच तुझी फार मोठी कृपा आहे. ही तुझी देणगी देवांनाही

दुर्लभ आहे. तुझ्या औदार्याचं वर्णन कोटी-मुखांनीही करणं शक्य नाही.

एका माणसानं फ्रान्झ म्यूलर यांना या दोह्याचा अर्थ समजावून सांगितला तेव्हा ते मनाशी म्हणाले, 'हे सारे भिकारी आंधळे, पांगळे आणि लंगडे आहेत. वास्तविक ज्या परमेश्वरानं त्यांना अशा तऱ्हेनं निर्माण केलं त्याच परमेश्वराचं नाव हे भिकारी भक्तिभावानं घेत आहेत, त्याची स्तुती करीत आहेत, त्याची करुणा भाकत आहेत. असा भक्तिभाव, अशी श्रद्धा या भूमीशिवाय अन्यत्र कुठे दिसणार आहे?

फ्रान्झ म्यूलर यांना राहवलं नाही. ते उठून त्या भिकाऱ्यांजवळ गेले, आणि म्हणाले, "देवानं तुम्हाला आंधळं असं निर्माण केलं, कुणाला लंगडं तर कुणाला पांगळं असं निर्माण केलं; आणि तरीही तुम्ही त्या परमेश्वराचं वर्णन करता? त्याचं नाव भक्तिभावानं घेता? त्याची स्तुति करता? वास्तविक ज्या परमेश्वरानं तुमची अशी अवस्था केली, त्या परमेश्वराबद्दल तुमच्या मनात राग निर्माण व्हायला हवा, द्वेष निर्माण व्हायला हवा!"

त्या तांड्यातील एक आंधळा वृद्ध भिकारी झपाट्यानं पुढे आला. त्याच्या डोळ्यांची निस्तेज बुबुळं थरारली. तो काकुळतीला येऊन म्हणाला, "साहेब, असं बोलू नका. ही आम्ही आमच्या मागच्या जन्माची पापं फेडतो आहोत. त्यासाठी परमेश्वराला कशाला दोष द्यायचा? त्याची भक्ती करण्यासाठी हा देवदुर्लभ असा मनुष्यदेह त्यानं आम्हाला दिला. या जन्मी त्याची भक्ती केली तर पुढल्या जन्मी आम्हाला तो सुखी करील."

भाविक श्रद्धेची ही विविध रूपं पाहून फ्रान्झ म्यूलर खरोखर हरखून गेले. या भरतभूमीबद्दलचं त्यांचं आकर्षण वाढत चाललं. काशीविश्वेश्वराच्या दर्शनाला निघालेला अफाट लोकसमुदाय त्यांना दिसू लागला. अनादि कालापासून त्या दिशेकडे झेपावणारा तो जनसागर त्यांच्या दृष्टीसमोर उभा राहिला आणि अनंत कालपर्यंत त्या दिशेनं चालू असलेली रीघ त्यांना दिसू लागली. क्षणभर ते भांबावून गेले. दृष्टीसमोर दिसणारा तो जनसागर आणि समोर प्रत्यक्षात दिसणारा गंगासागर, हे परस्परांत मिसळून गेलेले त्यांना दिसले. जणू पावित्र्याच्या विशालतेचं विश्वरूपदर्शन त्यांना घडलं. आपल्या अंतःकरणातून आनंदलहरींचं स्फुरण एकसारखं चाललं आहे आणि ते आता कधी कल्पान्तापर्यंत थांबणार नाही, असा स्पष्ट भास त्यांना होऊ लागला.

एवढ्यात पलीकडच्या घाटावर माणसांची वर्तुळाकार गर्दी उभी असलेली त्यांना दिसली. सूर्य ऐन माथ्यावर आला होता; आणि अशाही संतप्त उन्हात असंख्य माणसं वर्तुळाकार उभी होती. फ्रान्झ म्यूलर त्या ठिकाणी गेले; आणि त्या गर्दीत सामील झाले.

वर्तुळाकार गर्दीच्या मध्यभागी एक जटाधारी माणूस उभा होता; आणि तो त्या

सर्वांना काही तरी समजावून सांगत होता. त्याच्या पायाशी एक चिमणी मरून पडलेली होती आणि गर्दीतील त्या माणसांना तो ओरडून सांगत होता, ''ही चिमणी मेलेली आहे किंवा नाही या गोष्टीची खात्री करून घ्या. ही चिमणी मी आता तुम्हाला जिवंत करून दाखविणार आहे.''

भोवतालचे सारे लोक डोळ्यांत प्राण आणून ते दृश्य बघत होते. त्याच वेळी फ्रान्झ म्यूलर तेथे जाऊन ठेपले. त्यांना सारा प्रकार कळल्यावर तेही ते दृश्य बघण्यात गर्क होऊन गेले.

मग त्या जटाधारी माणसानं आपल्या हातात एक छोटंसं भिंग घेतलं आणि त्या मृत चिमणीवर धरलं. चिमणीच्या चिमुकल्या देहावर सारा सूर्यप्रकाश केंद्रीभूत झाला. साऱ्यांचे डोळे त्या दृश्यावर स्थिरावले. दोन-तीन मिनिटांचा अवधी गेला असेल. हळूहळू त्या मृत चिमणीत चेतना येऊ लागली आणि बघता बघता ती चिमणी भुर्रकन् उडून गेली. मात्र काही अंतरावर गेल्यानंतर ती पुन्हा मरून पडली.

काही झालं तरी ती मेलेली चिमणी त्या जटाधारी माणसानं काही काळ जिवंत करून दाखवली होती. त्यात कोणती हातचलाखी नव्हती, दृष्टिभ्रम नव्हता किंवा कसली जादू नव्हती. चिमणी मेलेली आहे या गोष्टीची साऱ्यांनी खात्री करून घेतली होती, आणि भिंगातून पडलेल्या किरणांमुळे ती जिवंत झाली होती, हे दृश्य त्या साऱ्यांनी बघितलं होतं. मग त्या जटाधारी माणसानं त्या गर्दीतील अनेकांच्या हातरुमालांना वाटेल त्या अत्तराचा वास दिला होता. स्वतः फ्रान्झ म्यूलर यांचाही रुमाल 'गार्डनिया' या सेंटच्या वासानं दरवळून गेला होता. मात्र त्या वासापेक्षा चिमणीच्या चमत्कारानं ते थक्क होऊन गेले होते. कुतूहलानं अस्वस्थ झाले होते. या भरतभूमीच्या प्रकाशात मृतांना जीवन देणारी काही तरी संजीवनी शक्ती आहे, असं त्यांना पुनःपुन्हा वाटत राहिलं होतं. बनारस हिंदू विद्यापीठातील डॉ. मालवीय यांनी त्यांना आपल्या घरी मुक्कामाला बोलावलं होतं. डॉ. मालवीय हे तत्त्वज्ञानाचे प्राध्यापक. साहजिकच फ्रान्झ म्यूलर यांना मालवीयांचं पाचारण येणार आणि त्यांचा पाहुणचार घ्यावा लागणार, हे ठरलेलं होतं.

फ्रान्झ म्यूलर जेव्हा डॉ. मालवीय यांच्या निवासस्थानी जाऊन दाखल झाले, त्याही वेळी त्यांच्या मनात हेच विचार चालले होते, 'या भरतभूमीच्या प्रकाशात अद्भुत शक्ती आहे, पावित्र्य आहे, परमेश्वरी प्रेरणा आहे.'

हा विचार जेव्हा त्यांनी डॉ. मालवीय यांना बोलून दाखविला तेव्हा ते म्हणाले, ''आमच्या मनात मात्र ही कल्पना कधी आलेली नाही. आम्ही त्या दृष्टीनं कधी विचारही केलेला नाही. कदाचित् तुमची कल्पना बरोबरही असेल. पण आमच्या संस्कृतीला एक पुरातन परंपरा आहे, ही गोष्ट मात्र खरी! आमची संस्कृती जशी पुरातन आहे तशी ती उज्ज्वलही आहे.''

यावर फ्रान्झ म्यूलर म्हणाले, ''तुमचे स्वामी विवेकानंद नेहमी म्हणत असत की, साऱ्या जगाची आध्यात्मिक सूत्रं पूर्वेकडील देशांच्या हातीच राहतील. कारण सूर्याचा प्रकाश हा नेहमी पूर्वेकडून पश्चिमेकडे जात असतो. म्हणून मला वाटतं की, या तुमच्या भूमीवरील प्रकाशात काही तरी जादू आहे खास!''

प्राध्यापकमहाशय यावर एवढंच म्हणाले, ''तसं असेलही! या आमच्या भूमीत एक का चमत्कार आहे! अनेक चालतेबोलते चमत्कार तुम्हाला इथे दिसतील!''

फ्रान्झ म्यूलर यांनी त्यांच्याकडे प्रश्नार्थक मुद्रेनं बघितलं तेव्हा ते म्हणाले, ''या आमच्या देशात अनेक साधुसंत आहेत. हिमालयात तर त्यांची खाणच आहे. तिथले अनेक साधुसंत आकाशातून संचार करतात; तुम्हाला ते खरंही वाटणार नाही. पण मला पक्कं माहीत आहे. हिमालयाच्या परिसरात साधूचा एक तांडा आहे. 'डेरा दंडा उठाव' असं म्हटलं की, तो तांडाच्या तांडा अदृश्य स्वरूपात आकाशगमन करू लागतो. खरं वाटेल हे कुणाला?''

डॉ. मालवीय बोलत असताना फ्रान्झ म्यूलर हे त्यांच्याकडे आश्चर्यचकित पण भाविक मुद्रेनं बघत होते.

डॉ. मालवीय पुढे म्हणाले, ''हिमालय हवा आहे कशाला? तुम्ही दक्षिणेला तिरुपतीला जा. त्या ठिकाणी व्यंकटेशाचं प्राचीन मंदिर आहे. तिरूपतीला निसर्गसौंदर्य आणि आधुनिक वैभव यांची रेलचेल आहे. परंतु त्याही ठिकाणी काही साधूसंत आहेत, तडीतापसी आहेत. त्यांचे एकेक चमत्कार पाहून तुम्ही थक्क होऊन जाल. आणखी एक फार मोठं पवित्र ठिकाण सांगू?.. .दक्षिणेतच अरुणाचलम् येथे रमणमहर्षी आहेत. त्यांचं दर्शन तुम्ही जरूर घ्या. प्रत्यक्ष चालताबोलता चमत्कार आहे तो!''

फ्रान्झ म्यूलर म्हणाले, ''मी त्यांच्याविषयी खूप खूप ऐकलं आहे; आणि पॉल ब्रन्टन यांच्या ग्रंथात तर त्यांच्याविषयी खूपच माहिती वाचली आहे. मी त्यांच्या दर्शनाला जाणारच आहे.''

❖❖

त्याच दिवशी संध्याकाळी काशीविश्वेश्वराचं दर्शन घेतल्यावर फ्रान्झ म्यूलर यांनी अरुणाचलम्ला जाण्याचा आपला बेत पक्का केला. तो बेत त्यांच्या मनात चालला असताना त्यांचं मन कमालीचं एकाग्र होऊ लागलं. सारी धरित्री हळूहळू अंधारात बुडू लागली आणि तो घाट व सभोवतालची देवालयं एक प्रकारच्या आध्यात्मिक शांततेत विलीन होत असल्याचा भास होऊ लागला. चमचम करणाऱ्या चांदण्यांनी आकाश खलून भरलं होतं आणि गंगेच्या पाण्यात त्यांचं प्रतिबिंब पडलं होतं. परंतु फ्रान्झ म्यूलर यांना ते दृश्य एखाद्या चित्रकारानं कॅनव्हासवर रेखाटल्याप्रमाणे दिसू

लागलं होतं. आकाशातील विविधरंगी छटाही त्यात सामील झाल्या. अनेक देवालयांतून वाजत असलेल्या संध्याकालीन आरतीच्या घंटाही जणू आपण स्वप्नात ऐकत आहोत, असा भास त्यांना होऊ लागला. त्यांना वाटलं, जणू आपल्या कर्णेंद्रियातून अनाहत ध्वनी घुमू लागला आहे. त्याच दिवशी सकाळी पलीकडच्या घाटावर त्यांनी आपल्या प्रिय पित्याच्या अस्थींचं विधीपूर्वक समर्पण केलं होतं, पण तीही गोष्ट त्यांच्या विस्मृतीत गेली. आपलं अस्तित्वच जणू ते विसरले. मात्र अरुणाचलम् येथे जाऊन रमणमहर्षींचं दर्शन घेण्याचा त्यांचा मानस मात्र त्यांना स्मरत होता. आपल्या आयुष्यात तेवढा एकच एक सत्यसंकल्प शिल्लक आहे, याची तेवढी जाणीव त्यांना उरली. त्याच एका संकल्पात ते आंतर्बाह्य बुडून गेले.

❖ ❖

अरुणाचलम् येथील रमणमहर्षींचा आश्रम जसजसा जवळ येऊ लागला, तसं तसं फ्रान्झ म्यूलर यांचं अंतःकरण आनंदानं उचंबळू लागलं. आपलं शरीर आणि मन आता याच पवित्र भूमीच्या मालकीचं होऊ लागलं आहे, असं त्यांना वाटू लागलं. पहाटेची वेळ होती; आणि बैलगाडीतून ते आश्रमाकडे निघाले होते. हळूहळू अंधार ओसरत होता आणि तांबडं फुटायला लागलं होतं. धूसर आकाशाच्या पार्श्वभूमीवर अरुणाचलमच्या डोंगराची रेषाकृती पुसट पुसट दिसायला लागली होती. त्या डोंगराच्या खालचा भाग हळूहळू स्पष्ट होत चालला होता; परंतु डोंगरमाथा अद्याप पहाटेच्या धुक्यातच बुडाला होता. थोड्याच वेळात पूर्व दिशेनं तांबडंलाल सूर्यबिंब वरती येऊ लागलं. सूर्याच्या स्वागताला दशदिशा हसतमुखानं सामोऱ्या आल्या. प्रचंड वृक्षांच्या शाखासंभारातून पक्ष्यांची मधुर किलबिल सुरू झाली. रानफुलांचा मंद वास येऊ लागला.

रस्त्यावर अद्याप फारशी रहदारी सुरू झालेली नव्हती. एक शेतकरी आपले बैल घेऊन शेतावर निघाला होता आणि वयात आलेली एक उफाड्याची मुलगी डोईवर घागर घेऊन जलभरणाला चालली होती. लाज राखण्यापुरतंच वस्त्र तिच्या अंगावर होतं, परंतु तिचं यौवनच इतकं उफाळले होतं की, तिची लाज राखण्यास ते वस्त्रं अपुरं पडत होतं. चालण्याबरोबर तिचा अनावृत उन्नत वक्षभाग खालीवर होत होता, पण त्या दृश्याकडे बघायलाही कुणी नव्हतं. फ्रान्झ म्यूलर यांना तिच्या दारिद्र्याची कीव आली. या भूमीत हे असलं दारिद्र्य कुणी निर्माण केलं, हा प्रश्न त्यांच्या मनासमोर पुन्हा उभा राहिला. अशा पवित्र आध्यात्मिक भूमीत अशा प्रकारचं दारिद्र्य नांदावं या गोष्टीचा त्यांना विषाद वाटला. तथापि त्या द्रविड कन्येच्या काळ्या रसरशीत रंगातूनही त्यांना तिच्या निरागस आणि निष्पाप सौंदर्याचं दर्शन घडलं. आपल्या भागात गोरा परकीय पाहुणा आलेला पाहून त्या मुलीनं थोडं थबकून

त्यांच्याकडे पाहिलं, थोडं लाजल्यासारखं केलं; आणि पुढे जाऊन तिनं पुन्हा आपली मान मागे वळवली. त्या वेळी फ्रान्झ म्यूलर यांची व तिची दृष्टादृष्ट झाली. फ्रान्झ म्यूलर तिच्याकडे बघून हसले. ती अधिकच लाजली. त्या वेळी तिचा उन्नत वक्षभाग त्यांच्या डोळ्यात अधिकच भरला.

❖❖

रमणमहर्षींचा आश्रम जेव्हा अगदीच जवळ आला, तेव्हा त्यांना बसक्या इमारती आणि उंचच उंच दीपमाळा दिसू लागल्या. देवळातील दीपमाळा हे या भागाचं वैशिष्ट्य त्यांच्या दृष्टीत विशेष भरलं. अद्याप थोडं अंतर काटायचं होतं. बैलांच्या गळ्यातील घुंगरं वाजत होती. सकाळच्या वेळी तो आवाज कर्णमधुर वाटत होता. त्यातच पक्ष्यांच्या आवाजाची किलबिल मिसळली आणि तो संमिश्र ध्वनी कानाला फारच सुस्वर वाटू लागला. डोळे मिटून फ्रान्झ म्यूलर तो आवाज ऐकण्यात गुंग झाले होते.

"अरुणाचलम्! आलंच आपलं ठिकाण!"

गाडीवानाचे हे शब्द ऐकताच त्यांची तंद्री भंग पावली. गाडीवान सांगत होता, "हाच तो ताम्रवर्णाचा पवित्र डोंगर!"

"त्या डोंगरावर देऊळ आहे?"

फ्रान्झ म्यूलर यांच्या प्रश्नावर गाडीवान म्हणाला, "वा! देऊळ आहे तर! वर्षातून एकदा त्या ठिकाणी फार मोठा उत्सव होतो. तेथे डोंगरावर यज्ञ होतो. प्रचंड यज्ञकुंड पेटतं. त्याच्या ज्वाला किती तरी अंतरावरून स्पष्ट दिसतात. फार मोठी यात्रा लोटते."

एवढं सांगून तो गाडीवान थांबला नाही. त्या डोंगराला नमस्कार करून तो पुढे म्हणाला, "हा काही केवळ आमचाच देव नाही! साऱ्या जगाचा हा देव आहे. हो, तुमचासुद्धा! इथूनच अखिल विश्वावर या देवाची सत्ता चालते."

परंपरागत समजुतीनं तो गाडीवान बोलत होता. त्याची ती श्रद्धा बघून फ्रान्झ म्यूलर यांनीही काही न बोलता त्या डोंगराच्या देवाला नमस्कार केला. गाडीवानाला तेवढंच बरं वाटलं.

याच डोंगराच्या पायथ्याशी रमणमहर्षींचा आश्रम होता. आश्रमाभोवती नारळी-पोफळीचं घनदाट वन होतं; आणि वेगवेगळ्या प्रकारच्या वृक्षराजींनी त्या आश्रमाला पुरतं वेढलं होतं. जणू पापभ्रष्ट जगाचा या आश्रमाला संपर्क लागू नये, यासाठी निसर्गानंच वृक्षांचे हे रखवालदार आश्रमाभोवती ठेवले होते. ते दृष्य पाहून फ्रान्झ म्यूलर यांना हरितवर्ण वृक्षवल्लरींनी वेढलेल्या सेंट पीटर चर्चची आठवण झाली आणि त्यांचं त्यांनाच हसू आलं. निसर्गसौंदर्यात केवढी तफावत त्यांना भासली! या

भारतदेशावर निसर्गानं जणू सारे अलंकार मुक्तहस्तानं चढविले आहेत, असं त्यांना वाटलं. त्या घनदाट राईत प्रवेश केल्यावर जेव्हा आश्रम दिसू लागला, तेव्हा फ्रान्झ म्यूलर यांनी हात जोडून त्या आश्रमाला मनापासून वंदन केलं.

रमणमहर्षींचं दर्शन घडणं ही खरोखर देवदुर्लभ गोष्ट; पण सुदैवानं त्याच दिवशी दुपारी फ्रान्झ म्यूलर यांना रमणमहर्षींचं दर्शन घडलं. प्रशस्त दिवाणखान्याच्या एका कोपऱ्यात खिडकीखाली एक भली मोठी चौपाई ठेवली होती. त्यावर रमणमहर्षी विराजमान झाले होते. त्यांची दृष्टी जमिनीवर खिळली होती. अधूनमधून आपले दोन्ही तळवे ते आपल्या तोंडावरून फिरवीत आणि पुन्हा खाली पाहू लागत. त्यांच्या मुद्रेवर खिडकीतून येणारा प्रकाश पडलेला असल्यामुळे त्यांची मुद्रा स्पष्ट दिसत होती. फ्रान्झ म्यूलर यांनी जवळ जाऊन त्यांचं दर्शन घेतलं आणि त्यांच्यासमोर फळं ठेवली. त्यांनी फ्रान्झ म्यूलर यांच्याकडे मुळीच बघितलं नाही. आपल्या जागेवर जाऊन बसताना म्यूलरसाहेबांना उदबत्त्यांचा सुवास अधिक जाणवू लागला.

रमणमहर्षींच्या अंगावर कपडे असे नव्हतेच. फक्त त्यांच्या कमरेभोवती एक वस्त्र गुंडाळलेलं होतं तेवढंच! रमणमहर्षींचा रंग गोरा म्हणता आला नसता. त्यांच्या मुद्रेवरील फिकी तांबूस छटा मात्र फारच तेजस्वी वाटत होती. त्यांची उंची चांगलीच असली पाहिजे, हे फ्रान्झ म्यूलर यांनी बसल्या बसल्याच ताडलं. त्यांचा विशाल भालप्रदेश त्यांच्या ठायी असलेल्या साऱ्या दैवी गुणांची पुरेपुर साक्ष देत होता.

बराच वेळ गेला तरी रमणमहर्षींनी फ्रान्झ म्यूलर यांची मुळीच दखल घेतली नाही. लोडाला टेकून ते एखाद्या निश्चल पुतळ्यासारखे खाली बघत बसले होते. त्यामुळे त्यांच्या नेत्रातील तेज अद्याप दिसायचं होतं.

फ्रान्झ म्यूलर हे त्यांना खूप प्रश्न विचारणार होते. त्यांच्या मनात प्रश्नांची दाटी झाली होती आणि त्यांना मुखावाटे बाहेर पडण्याची घाई झाली होती. हिंदू धर्माबद्दल त्यांच्या ठायी असलेली आंतरिक ओढ व त्यासाठी कराव्या लागणाऱ्या त्यागाचं कठोर सत्य यांचा संघर्ष त्यांच्या मनात चालला होता. आपल्या मनातील नाना शंकाकुशंका ते त्यांच्यासमोर ठेवणार होते. व्यक्तिगत ऐहिक संसाराविषयी त्यांच्या मनात किती तरी प्रश्न निर्माण झाले होते.

रमणमहर्षींकडे टक लावून बघत असताना आपल्या मनातील प्रश्नांची जुळणी करण्यात फ्रान्झ म्यूलर गुंतले होते. तेवढ्यात रमणमहर्षींनी आपली दृष्टी वर उचलली आणि त्यांच्याकडे बघितलं. दृष्टीला दृष्टी भिडली आणि एखाद्या यज्ञकुंडात पटापट समिधा पडाव्यात व त्यांचं जळून भस्म व्हावं त्याप्रमाणे म्यूलरसाहेबांचे सारे प्रश्न त्या तेजस्वी दृष्टीसमोर भराभर गळून पडले. त्यांच्या मनात असलेल्या शंकाकुशंका एकाएकी लुप्त झाल्या. ते निःशंक बनले. कुठले आले आहेत प्रश्न आणि कुठली आली आहेत उत्तरं! प्रश्नात आपोआपच उत्तरं मिसळून गेली आणि

त्या प्रश्नांचं अस्तित्वच संपलं. रमणमहर्षींच्या दृष्टीच्या तेजासमोर त्यांच्या मनातील साऱ्या साऱ्या शंका धुक्याप्रमाणे विरून गेल्या. खाली उरली फक्त अंतःकरणातील शांतता! एखाद्या निर्वात ठिकाणी दिव्याची ज्योत जशी स्थिर व्हावी, त्याप्रमाणे त्यांच्या अंतःकरणातील शांती त्या निःशंक अवस्थेत स्थिर झाली. आता त्यांच्या मनात कोणतेच प्रश्न उरले नव्हते किंवा कोणत्याच शंका राहिल्या नव्हत्या. जणू एखाद्या सुगंधित पुष्पातून सुगंध बाहेर पडावा त्याप्रमाणे रमणमहर्षींच्या त्या सान्निध्यातून शांती बाहेर पडत होती आणि त्या शांतिगंगेत म्यूलरसाहेब बुडून गेले होते.

दुपारचं जेवण आटोपल्यावर पुन्हा त्याच दिवाणखान्यात बैठक पडली. रमणमहर्षींनी फ्रान्झ म्यूलर यांना सहज प्रश्न केला, ‘‘काय, आमच्या आश्रमातलं जेवण बरं वाटलं का?’’

यावर फ्रान्झ म्यूलर यांनी उत्तर दिलं, ‘‘खरं म्हणजे माझं जेवणात लक्षच नव्हतं. माझ्या मनाला मात्र आज मेजवानी झाली. त्याचसाठी तर मी येथे आलो आहे.’’

रमणमहर्षी हसत म्हणाले, ‘‘वा, वा! छान!’’

त्यानंतर अभावितपणानं त्यांचा संवाद सुरू झाला. फ्रान्झ म्यूलर म्हणाले, ‘‘मी पाश्चिमात्य तत्त्वज्ञानाचा बराच अभ्यास केला आहे. त्याचप्रमाणे पाश्चात्य विज्ञानाचीही ओळख करून घेतलेली आहे. आमच्या पाश्चिमात्य देशातून जे काय थोडेफार तत्त्वज्ञानी साधुसंत मला भेटले, त्यांच्याशी खूप चर्चा केली आहे. अंतःकरणातील शांतीसाठी सारी पश्चिम धुंडाळली. आता पूर्वेकडे आलो. मला मनःशांती हवी आहे. ती मला इथे मिळेल, असा मला विश्वास वाटतो.’’

रमणमहर्षींनी आपली मान फक्त हलवली आणि पुन्हा आपली दृष्टी जमिनीकडे लावली.

फ्रान्झ म्यूलर पुढे म्हणाले, ‘‘पाश्चात्त्य तत्त्वज्ञानी लेखकांनी मांडलेली मतं मी वाचली आहेत, सांगितलेले सिद्धान्त ऐकले आहेत. परंतु या ऐहिक अनुभवाच्या पलीकडे काही गोष्टी दडलेल्या आहेत का? त्या मानवाला अज्ञात राहणार आहेत का? तसं नसेल तर मला त्यांचा अनुभव मिळू शकेल का?’’

फ्रान्झ म्यूलर यांच्या बोलण्यावर रमणमहर्षी गप्पच बसले होते. त्यांची मुद्रा शांतच होती. मात्र ते कसल्या तरी विचारात गढून गेले आहेत, असं वाटत होतं.

फ्रान्झ म्यूलर पुन्हा बोलू लागले. म्हणाले, ‘‘आमचे पाश्चात्त्य तत्त्वज्ञानी महापुरुष काय किंवा वैज्ञानिक काय, त्यांच्या विद्वत्तेविषयी ते मशहूर आहेत. साऱ्या जगानं त्यांना त्या बाबतीत मानलं आहे. परंतु तेही लोक म्हणतात की, आम्हालाही या विश्वाच्या बुडाशी असलेल्या अज्ञाताचा शोध अद्याप लागलेला नाही. परंतु तुमच्या देशात त्या अज्ञाताचा शोध घेतलेले अनेक महापुरुष निर्माण झालेले आहेत. तुमची

कीर्ती ऐकून मी इथे आलो. मला त्या अज्ञाताचा पत्ता सांगा; मला मार्गदर्शन करा.''

फ्रान्झ म्यूलर यांचं बोलणं थांबलं. रमणमहर्षीकडून काही तरी ऐकण्याच्या अपेक्षेनं ते गप्प बसले. रमणमहर्षी गप्पच बसले होते. मात्र या वेळी विचारात गर्क झालेली आपली मुद्रा त्यांनी वर उचलली आणि फ्रान्झ म्यूलर यांच्याकडे बघितलं. नंतर ते हळूहळू बोलू लागले.

रमणमहर्षी म्हणाले, ''मला अज्ञाताचा पत्ता सांगा; मला मार्गदर्शन करा, असं आपण म्हणता. 'मला' म्हणजे कुणाला? हा 'मी' कोण आहे?''

त्यांच्या या प्रश्नाचा नेमका रोख फ्रान्झ म्यूलर यांना समजला नाही. ते म्हणाले, ''महाराज, आपला प्रश्न मला समजला नाही.''

''माझा प्रश्न सरळ आहे. पुन्हा एकदा माझ्या प्रश्नावर विचार करा.''

यावर फ्रान्झ म्यूलर यांनी स्वतःकडे अंगुलीनिर्देश करून म्हटलं, ''हा मी! माझं नाव फ्रान्झ म्यूलर!''

''तुम्ही या फ्रान्झ म्यूलरला ओळखता का?''

''होय, अगदी पहिल्यापासून!''

एवढं बोलून फ्रान्झ म्यूलर हसले. मग रमणमहर्षी म्हणाले, ''पण हे तर तुमचं शरीर आहे. मी तुम्हाला पुन्हा असं विचारतो की, तुमच्यातला हा 'मी' कोण आहे?''

फ्रान्झ म्यूलर यांना उत्तर देता आलं नाही. मग पुन्हा रमणमहर्षी म्हणाले, ''तुमच्यातील 'मी' कोण आहे याची ओळख प्रथम तुम्ही करून घ्या; आणि मग तुमच्या हाताला सत्य लागेल.''

फ्रान्झ म्यूलर यांना हे बोलणं समजलं नाही. मग आपलं बोलणं अधिक विषद करून सांगताना रमणमहर्षी म्हणाले, ''एक गोष्ट करा. तुम्ही तुमच्या अंतःकरणात डोकावून पाहा. तुम्हाला स्वतःला ओळखायला शिका. पद्धतशीर रीतीनं हे करायला शिका. तुमच्या साऱ्या प्रश्नांची उत्तरं तुम्हाला आपोआप मिळतील.''

फ्रान्झ म्यूलर यांनी गोंधळून विचारलं, ''त्यासाठी काय करावं लागेल? कोणत्या मार्गानं जावं लागेल?''

''अंतर्मुख बनून त्यासाठी एकाग्रचित्तानं ध्यान करावं लागेल. हे केल्यावर एक दिवस खचित प्रकाश दिसेल.''

''मी तसा प्रयत्न करून पाहिला आहे. स्वामी विवेकानंदांनी माझ्या पिताजींना ध्यानस्थ शंकराची एक मूर्ती भेट म्हणून दिली आहे. त्या मूर्तीसमोर मी अनेकवार एकाग्रचित्त करून बसलो आहे, पण अद्याप माझी प्रगती झालेली नाही.''

''तुमची प्रगती झालेली नाही, असं मानायला तरी काही आधार आहे का? आध्यात्मिक मार्गातील प्रगती समजणं ही गोष्ट वाटते तितकी सोपी नाही.''

"ही प्रगती करण्यासाठी गुरूची गरज आहे का?"

"असेलही!"

"गुरूच्या साहाय्यानं तुम्ही म्हणता त्या 'मी'ची ओळख पटेल का?"

"गुरू फक्त मार्ग दाखवतो. शेवटी ज्याचा त्याचा अनुभव हाच खरा!"

"गुरू भेटला तर किती दिवसांत प्रगती होऊ शकेल?"

"ती गोष्ट शिष्याच्या आर्ततेवर अवलंबून राहील. दारूच्या कोठारावर एक ठिणगी पडली तरी स्फोट होतो; परंतु एका ठिणगीनं कोळसा काही पेटत नाही."

"'मी' ची ओळख पटल्यावर माणसाला आनंदाची प्राप्ती होते का?"

"आनंद म्हणजे काय? धनदौलत मिळाली तरी माणसाला आनंद होतोच असं नाही. हवं ते मिळणं यातही आनंद मिळत नाही. आनंद हा ज्याच्या त्याच्या वृत्तीचा धर्म आहे. माणसानं आसक्ती धरली, की त्या आसक्तीच्या पाठोपाठ दुःख हे आलंच. म्हणून संतोष वृत्तीचं समाधान आहे, आनंद आहे. आनंद हा केव्हाच बाहय उपाधींतून मिळत नसतो. आनंदाचा पत्ताही अंतःकरणात मिळतो. सारा आनंद स्वतःपाशी असताना माणूस त्यासाठी वणवण फिरत असतो आणि दुःख मात्र पदरी पाडून घेतो."

स्वतःविषयीचे हे प्रश्न संपल्यावर फ्रान्झ म्यूलर यांनी रमणमहर्षींना जगाविषयी काही प्रश्न विचारले. त्यांनी विचारलं, "आपल्या मतानं या जगाचं भवितव्य काय आहे?"

रमणमहर्षी चटकन् उत्तरले, "तुम्हाला जगाच्या भवितव्याची उठाठेव हवी आहे कशाला? तुम्हाला जगाचा वर्तमानकाळ तरी समजला आहे का? मग भविष्यकाळाची ही बात कशाला? तुम्ही प्रथम वर्तमानकाळ समजून घ्या. भविष्यकाळ तुम्हाला आपोआप समजेल."

मग फ्रान्झ म्यूलर यांनी पुन्हा प्रश्न विचारला, "या जगात शांतता नांदेल, परस्परांत मैत्री नांदेल की युद्ध अधिक भडकेल?"

"हाही तुमचा प्रश्न नाही. या जगावर ज्याची सत्ता चालते त्याचा हा प्रश्न आहे. त्यानं या जगाचं जोखड आपल्या मानेवर घेतलं आहे; आणि एक गोष्ट लक्षात ठेवा, की जसे तुम्ही आहात तसंच तुम्हाला हे जग दिसेल. तुम्ही प्रथम स्वतःला ओळखायला शिका; मग तुम्हाला आपोआपच जगाची ओळख पटेल. लोक प्रथम स्वतःला न ओळखता जगाची ओळख काढायला निघतात. तुम्हाला जर या विश्वाच्या बुडाशी असलेलं सत्य शोधून काढायचं असेल, तर प्रथम अंतर्मुख व्हा, स्वतःला ओळखायला शिका. मग हाती सत्याची गुरुकिल्ली तुम्हाला सहजासहजी गवसेल. ॐ शांतिः शांतिः शांतिः !"

रमणमहर्षींनी शांतीचा त्रिवार उच्चार केला तेव्हा त्या दिवाणखान्यातील सारी

मंडळी उठली. आपल्या बोलण्याचा शेवट करण्याची ती त्यांची पद्धत दिसली.

मग फ्रान्झ म्यूलरही आपल्या जागेवरून उठले आणि दिवाणखान्याबाहेर जाऊ लागले. बाहेर पडताच आपल्या अंतःकरणावरील भार पार हलका झालेला आहे, असा भास त्यांना होत होता. रमणमहर्षींच्या त्या त्रिवार शांतीच्या उच्चारानं त्यांच्या अंतःकरणात त्याच शांतीनं प्रवेश केला आहे, असं त्यांना वाटू लागलं. त्यांनी बाहेर सर्वत्र दृष्टी टाकली. तिन्हीसांजेची वेळ टळून गेली होती. अंधार वाढीला लागला होता. समोर दिसणारा अरुणाचलम्‌चा डोंगर, ती गर्द राई, ताडमाड उंचीचे ते असंख्य वृक्ष, हे सारं सारं त्या अंधारात हळूहळू बुडत चाललं होतं. विलक्षण शांतता पसरली होती. जणू शांततेत सारं विश्व विलीन होत होतं. त्यांच्या कानावर कुठून तरी एक प्रकारचा अनाहत ध्वनी पडत होता, तेवढाच! बाकी त्यांची आंतर्बाह्य अवस्था शांतिमय झाली होती. त्यांच्या दृष्टीनं काळाचं बंधन सरलं होतं. स्थळाची मर्यादा राहिली नव्हती. मी-तूपणाची बाह्यात्कारी ऊर्मी निमाली होती. आजवर अंतःकरणात दडलेल्या त्या आत्मतत्त्वाला शोधण्याची एकच एक इच्छा त्यांच्या आत उदय पावली. फ्रान्झ म्यूलर आंतर्बाह्य बदलून गेले.

त्या दिवसापासून आत्मतत्त्व शोधण्याची त्यांची इच्छा वाढतच गेली. ते अंतर्मुख बनले; आणि त्या 'मी'चा शोध घेऊ लागले. ते ध्यानधारणा करू लागले. रमणमहर्षींचे एक प्रमुख शिष्य विद्यानंदस्वामी यांना त्यांनी गुरू केलं; आणि ते आध्यात्मिक मार्गाचा भराभर प्रवास करू लागले. त्या आत्मतत्त्वाचा शोध लागेपर्यंत ते थांबणार नव्हते.

एके दिवशी त्यांनी विद्यानंदस्वामींना विचारलं, "मला आता कोणतंच बंधन नकोसं झालं आहे. माझी वृत्ती विरक्त होत चालली आहे. संसार नकोसा वाटतो आहे. संसाराच्या बंधनातून मुक्त व्हावंसं वाटतं. मी आता इथल्यापैकी कुणाचा नाही; आहे तो केवळ या आत्मतत्त्वाचा आहे, असं वाटू लागलं आहे. अशा स्थितीत मी संन्यास घेतला तर काय हरकत आहे? मला तुम्ही संन्यासदीक्षा द्याल? कराल मला या साऱ्या बंधनातून मुक्त?"

यावर विद्यानंदस्वामी म्हणाले, "साधकानं कोणतीही गोष्ट विचारपूर्वक केली पाहिजे. आपलं पाऊल उचलताना दहा वेळा विचार केला पाहिजे. आणि..."

त्यांच वाक्य पुरं होण्यापूर्वीच फ्रान्झ म्यूलर म्हणाले, "मी सारा सारा विचार केला आहे. मला तुम्ही संन्यासदीक्षा द्या. मला त्या आत्मतत्त्वाचा शोध घेऊ द्या!"

विद्यानंदस्वामी म्हणाले, "ती गोष्ट केवळ तुमच्या एकट्याच्या हाती नाही. तुम्ही गृहस्थश्रमी आहात. तुम्हाला बायको आहे. मुलगा आहे. बायकोच्या परवानगीशिवाय तुम्हाला संन्यासदीक्षा देता येणार नाही. तसं शास्त्रच आहे मुळी!"

काही वेळ थांबून विद्यानंदस्वामी पुढे म्हणाले, "संन्यास घेण्याची बात करणं

ही गोष्ट सोपी नाही. संन्यासधर्माइतका कठीण धर्म दुसरा कोणताच नाही. या संन्यासधर्माचं पालन करीत असताना जर पाय घसरला, तर माणूस एकदम उंच कड्यावरून खोल दरीत गडगडत जातो.''

यावर फ्रान्झ म्यूलर म्हणाले, ''मी माझ्या मनाची पुरती तयारी केली आहे; आणि...''

विद्यानंदस्वामी मध्येच म्हणाले, ''मनाची तयारी करणं निराळं आणि प्रत्यक्षात संन्यासधर्म पाळणं निराळं! आमचे स्वामी विवेकानंद तुम्हाला माहीतच आहेत! संन्यासधर्माविषयी त्यांनी काय सांगून ठेवलं आहे, माहीत आहे? संन्यासी होणाऱ्यानं आपल्या सर्वस्वाचा त्याग केला पाहिजे. स्वतःच्या सुखाची कल्पनासुद्धा संन्याशाच्या मनाला शिवता कामा नये. संन्याशाला कामिनी आणि कांचन हे विषसमान आहेत.''

''मी केला आहे पुरता विचार, स्वामीजी!''

फ्रान्झ म्यूलर यांच्या या बोलण्यावर विद्यानंदस्वामी पुढे म्हणाले, ''ठीक आहे म्यूलरसाहेब! परंतु एक गोष्ट लक्षात ठेवा. या जगात संन्याशाचा जन्म केवळ स्वतःच्या मुक्तीसाठी नसतो. स्वतःची मुक्ती साधून संन्याशानं इतरांनाही सुखी करायचं असतं. त्यासाठी स्वतःचा बळी द्यायची तयारी हवी. आपल्या आक्रोशानं दशदिशा भरून सोडणाऱ्या दुःखीकष्टी प्राण्यांच्या दुःखशमनार्थ संन्याशानं झटलं पाहिजे. पतीसाठी शोक करणाऱ्या विधवेचे अश्रू पुसणं, पुत्राकरिता हंबरडा फोडणाऱ्या मातेचं सांत्वन करणं, अज्ञानी व मागासलेल्या वर्गातील लोकांना त्यांच्या सुखाचा मार्ग दाखविणं- अशी एक की दोन, अनेक कामं संन्याशाला करावी लागतात. प्रसंगी स्वतःच्या सुखावर निखारे ठेवून!... आणि शिवाय हे सारं करण्यासाठी आपल्या जन्माच्या जोडीदाराची परवानगी हवी! त्याशिवाय सारं व्यर्थ आहे बरं, म्यूलरसाहेब!''

फ्रान्झ म्यूलर यांचा संन्यासदीक्षा घेण्याचा निर्धार पक्का झाला. त्यासाठी त्यांना शास्त्रानुसार पत्नीची अनुज्ञा हवी होती. त्या क्षणापासून आपल्या पत्नीची परवानगी पदरात पाडून घेण्याचा त्यांना एक प्रकारे ध्यासच लागला. त्यांना वाटे, आपली साठी उलटून गेली. कुटुंबाची सारी कर्तव्यं आपण पार पाडली. काय हरकत आहे आपल्या पत्नीनं आपल्याला परवानगी द्यायला? आपण आता संसारात असलो काय किंवा संन्यासदीक्षा घेऊन संसारातून दूर झालो काय, सारं सारखंच! आपण ऐन तारुण्यात संसार सोडून थोडंच चाललो आहोत?

संन्यासदीक्षा घेण्यासाठी त्यांना आपल्या पत्नीची परवानगी घ्यायला हवीच होती! तिची परवानगी मिळविण्याकरिता तिला पत्र पाठवायचं त्यांनी ठरवलं. रात्रीची वेळ होती. आश्रमातील एका खोलीत समईच्या उजेडात फ्रान्झ म्यूलर समोर कागद घेऊन बसले होते. 'प्रिय एर्ना' एवढा मायना त्यांनी लिहिलात आणि पुढे त्यांची

लेखणी थंबली. मनातील विचार कागदावर उतरेनात. फ्रँकफुर्ट विमानतळ सोडल्यापासून आतापर्यंतच्या साऱ्या गोष्टी त्यांना आठवल्या. फ्रँकफुर्ट विमानतळावर त्यांना निरोप देताना त्यांची पत्नी एर्ना त्यांना म्हणाली होती, ''हे तुमचं शेवटचं खूळ आहे असं समजा. म्हणे गंगेत हाडं टाकायची! यापुढे आपल्या घरात मी असले प्रकार चालू देणार नाही.''

आणि एर्नाच्या दृष्टीनं असलेले खुळचट प्रकार बंद करण्याऐवजी फ्रान्झ म्यूलर हे आता त्याच घराचा कायमचा निरोप घेणार होते. आपल्या पत्नीच्या दृष्टीनं असलेले खुळचट प्रकार करीतच राहणार होते. त्यांचा तसा ठाम निर्धार झाला होता. आत्मतत्त्वाचा शोध घेण्याची पराकाष्ठेची आस त्यांच्या अंतःकरणाला लागली होती. ते करण्यासाठी संसाराची सारी बंधनं ते झुगारून देणार होते. संन्यासदीक्षा पत्करणार होते. आता त्या मार्गावरून माघारी फिरण्याची भाषाच त्यांच्याजवळ नव्हती. त्यांच्या दृष्टीनं त्यांचा सारा संसार भूतकाळात दाखल झाला होता. आता त्यांना आध्यात्मिक संसार करायचा होता. त्या संसारात जिवाशिवाची गाठ पडणार होती आणि त्या त्यांच्या संसाराला मुक्तीचं फळ लागणार होतं. आता त्यांना फक्त आपल्या पत्नीच्या परवानगीची गरज होती. त्याशिवाय त्यांना संन्यासदीक्षा घेता येणार नव्हती. केवढा मानसिक प्रवास त्यांनी केला होता?

फ्रान्झ म्यूलर यांनी आपल्या पत्नीला पत्र लिहिण्यास पुन्हा प्रारंभ केला. 'प्रिय एर्ना-' एवढाच मायना लिहून त्यांची लेखणी थांबली होती. त्यांनी पुन्हा तो मायना गिरवला आणि भराभर ते पत्र लिहून पुरं केलं.

''प्रिय एर्ना,''

कसं लिहू आणि काय लिहू असं वाटत होतं, पण आता मी
मनाचा पुरता निर्धार केला आहे. मी मनाशी जे काय ठरवलं आहे ते
तुला खुशाल लिहून टाकणार आहे. मग तुला जे काय वाटणार असेल ते वाटो.

ज्या आत्मतत्त्वाच्या सत्याचा शोध करण्यात माझं मन जिंदगीभर गुंतलं होतं, ते सत्य हाती गवसण्याची वेळ आलेली आहे. पिताजींच्या अस्थींचं गंगेत विसर्जन केल्यावर मी खरोखरच अंतर्मुख बनलो. माझ्या अंतःकरणाला कशाची तरी अपरंपार आस लागलेली आहे, मी कशाचा तरी शोध घेत आहे, मला काही तरी हवं आहे; पण ते माझ्या हाती लागत नाही, असं मला एकसारखं वाटत राहिलं. एका संध्याकाळी मी गंगातीरावर उभा होतो आणि त्या दिवशी बघितलेली सारी दृश्यं आठवून मी अंतर्बाह्य हरवून गेलो. मला कसला तरी शोध घ्यायचा होता; आणि तो

शोध घेत घेत मी अरुणाचलम् येथील रमणमहर्षींच्या या पवित्र आश्रमात आलो. रमणमहर्षींच्या दर्शनानं मला हवं ते मिळालं. माझं मन शांत झालं. ज्या अज्ञाताचा शोध घ्यायला निघालो होतो, तो शोध आता दृष्टिपथात आला आहे, असं वाटू लागलं.

माणसाला अखेरीस जे अनंत सुख हवं असतं, ते मला आता मिळणार आहे. आश्रमात दुपारच्या वेळी सारेच साधक कसलं तरी आध्यात्मिक वाचन करीत असतात. मला एके ठिकाणी किती सुरेख विचार वाचायला मिळाले! माणसाला जर अनंत सुखाची प्राप्ती करून घ्यायची असेल, तर ज्या मर्यादांनी, ज्या सीमांनी माणसाच्या सुखाला मर्यादित केलं असेल, त्या मर्यादा माणसानं तोडल्या पाहिजेत. सीमोल्लंघन केलं पाहिजे. ही कल्पना सांगताना किती सुरेख दृष्टान्त दिला आहे बघ! सागरात ठेवलेल्या घागरीतील पाण्याला जर सागर होण्याची इच्छा असेल, तर त्या पाण्यानं घागरीबाहेरच आलं पाहिजे. त्याचप्रमाणे प्रत्येक अल्प गोष्टीला पूर्ण होण्यासाठी ज्या सीमांनी ते मर्यादित झालेलं असत, त्या सीमांचा नाशच केला पाहिजे. मर्यादा घालणाऱ्या सीमाच नाश पावल्या, तर मग मर्यादित कोण करणार? ते आपोआपच अमर्याद होईल. अनंत होईल. उंबराच्या फळात चिलटं असतात. त्यांना त्या एवढ्याशा पोकळीत फिरण्याचा कंटाळ येतो. मग ती चिलटं त्या पोकळीचा त्याग करतात. त्या उंबराला फोडून ती चिलटं बाहेर येतात. त्याच क्षणी त्यांचा अनंत आकाशात प्रवेश होतो. मर्यादा ही नेहमीच अनंतात अल्पत्व निर्माण करीत असते. ज्याला अनंतत्वात प्रवेश करायचा आहे, त्यानं अल्पतेच्या कवचातून बाहेर पडलंच पाहिजे.

मलाही अनंताची आस लागलेली आहे. मलाही असंच आपल्या लौकिक संसाराच्या कवचातून बाहेर पडायचं आहे. पण एर्ना, माझ्या मार्गात एक अडचण आहे; आणि ती अडचण दूर करणं केवळ तुझ्याच हाती आहे. तू होकार भरलास तर एका क्षणात त्या अज्ञाताचा ठेवा माझ्या हाती येईल. मात्र तू नकार दिलास तर? पण तू असं करणार नाहीस याबद्दल मला खात्री आहे. साऱ्या आयुष्यभर ज्या अमोल धनाच्या शोधात होतो, ते धन हाती येण्याची प्रत्यक्ष वेळ येऊन ठेपली असताना आता तिथून माघारी फिरू? त्या अलौकिक धनाच्या विरुद्ध दिशेला तोंड करू? असं मी करणार नाही; आणि तूही मला असं करायला भाग पाडू नकोस.

हे बघ एर्ना, आपला सारा ऐहिक संसार अखेरीला आलेला आहे. आता काय बाकी राहिलं आहे? आपलं प्रेम जडून आपण वैवाहिक बंधनात पडलो. आपली धर्मविषयक मतं परस्परविरोधी होती; पण त्यामुळे संसारातील सुखाला आपण पारखे थोडेच झालो?

कुणाची मतं कितीही जमोत, पण हा मानवी संसारच असा आहे की, त्या ठिकाणी मतभेद हे येतातच, पती-पत्नीत विरोध उत्पन्न होतो, भांडणं होतात,

कलागती लागतात. पण त्यामुळे संसाराच्या सुखाला तडा थोडाच जातो? भांड्यावर भांडं आपटतं, काही काळ नाद निर्माण होतो आणि कालांतरानं तो नाद विरून जातो. बहुतेक मानवी संसारांचं हे असंच असतं. त्या मानानं आपले मतभेद असूनही आपण ते काबूत ठेवले...तू आणि मी. संसार हा सहकार्यावरच उभारलेला असतो ना! देवाण-घेवाण ही तर सुखी संसाराची गुरुकिल्ली आहे. काही असो. आपला संसार खचित बेदिलीचा झाला नाही.

आता तुझ्या दारी माझं हे शेवटचं मागणं आहे. एक संसार जन्मभर तुझ्याबरोबर केला. आता मानवी देहाचा हा अखेरचा संसार मला त्या अज्ञाताबरोबर करू दे. त्यासाठी मला आपल्या संसारातून मुक्ती हवी आहे. मी हिंदू धर्मशास्त्राप्रमाणे संन्यासदीक्षा घेणार आहे. त्यासाठी मला तुझी अनुज्ञा हवी आहे. तुझी अनुज्ञा घेतल्याशिवाय शास्त्राप्रमाणे मला संन्यासदीक्षा घेताच येणार नाही. आजवर माझ्यासाठी खूप केलंस; आता एवढं कर- मला संसारातून मुक्त कर.

विद्यापीठातून मला मिळणारं निवृत्तिवेतन, घरदार, बँकेतील सारी शिल्लक या धनदौलतीचे आता तुम्हीच मालक आहात; तुम्हाला काही काही कमी पडणार नाही. अल्बर्टला हे पत्र दाखव. तोही आता मार्गाला लागला आहे. मला त्याची कसलीही काळजी नाही. मात्र त्याच्या बाबतीत एक गोष्ट लक्षात ठेव. तो तरी माझाच मुलगा आहे. माझ्याच वळणावर गेला आहे तो! आपल्या घराण्याप्रमाणे त्याचा कल या हिंदू धर्माकडे आहे. त्याची मूळ प्रवृत्ती तू कधी रोखू नकोस. एका विशिष्ट दिशेनं जाणारा पाण्याचा प्रचंड ओघ चिमुकल्या हातांचं धरण करून रोखण्यात काय अर्थ आहे? त्याला त्याच्या मार्गावरून खुशाल जाऊ दे, एवढीच तुला अखेरची विनंती आहे. या मोक्षाच्या ध्येयाकडे जो तो आपापल्या मार्गानंच जात असतो. अल्बर्टला अडवू नकोस. या हिंदू भूमीतील पवित्र महातत्त्व तुमचं सदैव कल्याणच करील. यापेक्षा अधिक काय लिहू?

एके काळचा तुझा,

फ्रान्झ''

फ्रान्झ म्यूलर यांनी पत्र लिहून पुरं केलं तेव्हा चतुर्थीचं चंद्रबिंब माथ्यावर येऊ लागलं होतं. गगनचुंबी वृक्षांचे शेंडे चंदेरी बनले होते. वृक्षांची पर्णराजी त्या चंदेरी प्रकाशात चमकत होती. समोरचा डोंगरही त्या चंद्रप्रकाशात बुडाला होता. त्या डोंगरावरील देव मात्र दिसत नव्हता. तो अद्याप दृष्टीच्या पलीकडेच होता. फ्रान्झ म्यूलर यांनी एर्नाला लिहिलेलं पत्र पोस्टात पडलं आणि संन्यासदीक्षा घेण्यासाठी ती

आपल्याला अनुज्ञा देईल किंवा नाही या विचारात ते गढून गेले.

म्यूलर कुटुंबात घडणाऱ्या घटनांना एक वेगळीच दिशा लागली होती. त्यातून निर्माण होणारं विधिलिखित वेगळंच होतं.

भाग तिसरा

अल्बर्टनं बसल्या जागेवरूनच भारतीला एकदम जवळ ओढलं आणि तिची हनुवटी उचलून तो तिचं चुंबन घेऊ लागला. भारतीनं त्याला चुंबन घेऊ दिलं नाही. त्याच्यापासून दूर सरकण्याचा तिनं खूप प्रयत्न करून पाहिला; पण त्याच्या घट्ट मगरमिठीतून तिला आपली सुटका करून घेता आली नाही. मग ती त्याच्या कुशीत तशीच विसावली. आपला डावा हात तिच्या अंगाभोवती लपेटून त्यानं तिला सामोरी केली. त्यांची क्षणभर दृष्टादृष्ट झाली. तिच्या नेत्रात खोलवर बघून तो गोडसं हसला. तिनंही त्याच्याकडे लाडिकपणानं बघून आपली दृष्टी लाजून खाली केली. अल्बर्टनं आपलं तोंड तिच्या कानाशी लावलं आणि तो हळूच म्हणाला, "आठवते तुला ती संध्याकाळ?"

भारतीला ती संध्याकाळ पुरेपूर आठवत होती, पण ती काहीच बोलली नाही. काही बोलण्याची गरजच नव्हती. प्रेमाच्या प्रांतातील साऱ्या गोष्टी जेव्हा शब्दांच्या पलीकडे जातात, अशा प्रकारचा तो क्षण होता. केवळ संध्याकाळच नव्हे, तर मध्यंतरीच्या काळात घडलेल्या किती तरी घटना त्या दोघांनाही चांगल्याच आठवत होत्या. जणू कालपरवा घडलेल्या असतात आणि त्या घटनांची परिणती या थराला येऊन पोचते, हा विचार दोघांच्याही मनात येत होता. किती अनपेक्षित कल्पनेपलीकडच्या घटना!

❖❖

त्या दिवशी संध्याकाळी त्या तरुण मुलीनं कॉलबेलच्या बटनावर बोट ठेवलं आणि ती मुलगी दूर सरकली. बराच वेळ कुणी दार उघडलं नाही. पुन्हा ती कॉलबेलचं बटन दाबणार तोच दार उघडल्याचा आवाज झाला आणि चाळीशी उलटलेली एक बाई दारात उभी असलेली दिसली. कुणीही कुणाला ओळखलं नाही. कशी ओळख पटणार? कारण त्यापूर्वी कुणीच कुणाला बघितलं नव्हतं. मात्र त्या घराच्या दारात उभी असलेली बाई कोण आहे, ही गोष्ट बाहेर उभ्या असलेल्या त्या मुलीनं ताडली. परंतु त्या बाईला त्या मुलीची ओळख पटणंच शक्य नव्हतं.

बाहेर उभी असलेली ती मुलगी आपल्या देशातली नाही, ती कुठल्या तरी परक्या देशातली आहे, एवढीच गोष्ट त्या बाईला अजमावता आली. तिनं त्या मुलीकडे प्रश्नार्थक मुद्रेनं बघितलं आणि जागच्या जागी आपल्या शरीराची चुळबुळ केली.

मग त्या बाहेरच्या मुलीनं आपल्या पर्समधून एक पाकीट बाहेर काढलं आणि त्या बाईच्या हातात ते पाकीट देताना ती म्हणाली, "आपण एर्ना म्यूलर, होय ना?"

त्या बाईनं होकारार्थी मान हलवली. मग ती मुलगी म्हणाली, "माझं नाव भारती. मी भारतातून आले आहे- आपल्या पतिराजांचं ओळखपत्र घेऊन!"

भारतीनं दिलेलं पत्र एर्नानं हाती घेतलं आणि उभ्याउभ्याच ते पत्र तिनं वाचलं. पत्र वाचताना तिच्या मनात संताप, उद्वेग, तिरस्कार आणि घृणा हे सारे विकार एकदम गोळा झाले. ती लालबुंद झाली. भारतीनं तिला दिलेलं पत्र अगदीच साधं होतं. त्यात विशेष असं काहीच नव्हतं. त्या औपचारिक पत्रात फ्रान्झ म्यूलर यांनी फक्त तिची ओळख करून दिली होती आणि शेवटी लिहिलं होतं, 'विशेष म्हणजे ही भारती या नावाची गोड मुलगी भारतातली- या पवित्र देशातली आहे. ज्या देशानं मानफ्रेड यांना वेड लावलं होतं आणि मलाही अक्षरशः वेड लावलं आहे, या पवित्र देशातील मुलीची अल्पस्वल्प सेवा करण्याचा योग आपल्या घराण्याला येत आहे, हे मी माझं भाग्य समजतो. तुला सांगणं एवढंच की, या गोड गोड मुलीची तू चांगली देखभाल कर- आपल्या घराण्याला शोभेल अशी! पत्रात यापेक्षा अधिक काही लिहीत नाही.'

हे पत्र वाचल्यावर एर्नाला एरवीदेखील राग आला असता. भारत देशाचं ऋण आपल्या घराण्यावर आहे, असं तिनं कधीच मानलं नव्हतं. तिच्या सासऱ्यानं किंवा तिच्या पतीनं ते ऋण कितीही मानलं असलं, तरी ते तिला मानवण्याजोगं नव्हतं. ज्या देशानं तिच्याशी जणू उभा दावा धरला होता, त्या देशाचं ऋण मानायचं तिला कारणच काय होतं? आपल्या मृत पित्याच्या अस्थी गंगाविसर्जनाला घेऊन जाताना तिनं फ्रान्झ म्यूलर यांना स्पष्टपणानं बजावलं होतं की, 'हे आता तुमचं शेवटचंच खूळ आहे असं समजा. म्हणे गंगेत हाडं टाकायची! यापुढे आपल्या घरात मी असले प्रकार चाळू देणार नाही.'

परंतु तिच्या दुर्दैवानं ते त्यांचं शेवटचंच खूळ ठरलं नव्हतं. उलट तिच्या दृष्टीनं भारतात पाऊल टाकल्यापासून ते वाया गेले होते. अरुणाचलम् येथून फ्रान्झ म्यूलर यांनी पाठविलेलं पत्र तिला आठच दिवसांपूर्वी मिळालं होतं. ते वाचून तिच्या अंगावर अस्मान कोसळलं होतं. त्या भाराखाली ती पार दडपून गेली होती. तो प्रहार तिच्या सहनशक्तीपलीकडचा होता. तिची सहनशक्ती आता खरोखरच संपुष्टात येत चालली होती. जे नको होतं त्यासाठी तिनं प्राणपणानं केवढा झगडा दिला होता! परंतु

कसलाही उपयोग झाला नव्हता. फ्रान्झ म्यूलर यांचं ते पत्र पाहून ती हतबुद्ध होऊन गेली.

दुपारच्या वेळी तिच्या हातात ते पत्र पडलं. त्या वेळी अल्बर्ट ऑफिसमध्ये गेला होता. तांत्रिक शाखेची पदवीपरीक्षा पास झाल्यावर त्याला ताबडतोब क्रप कंपनीत चांगली नोकरी मिळाली होती. एर्ना निर्धास्त झाली होती. तिला वाटलं होतं, आता सारं काही ठीक होईल. फ्रान्झ म्यूलर भारतातून लवकरच परत येतील. त्या वेळी त्यांचा मुलगा चांगल्या मार्गाला लागलेला त्यांना दिसेल. भारतीय संस्कृतीपासून आपण त्याला पार दूर ठेवण्यात यशस्वी झाल्याचं दृश्य त्यांना दिसेल आणि क्वचितप्रसंगी फ्रान्झ म्यूलर यांचंही भारतीय संस्कृतीबद्दलचं वेड कमी झालेलं असेल किंवा आपण त्यांचं वेड कमी करण्यास त्यांना भाग पाडू, अशा आशेत एर्ना वावरत होती.

परंतु फ्रान्झ म्यूलर यांच्या त्या पत्रानं तिच्या आशेला सुरुंग लागला होता. ती निराधार बनली होती. तिचं स्वप्न पुसलं गेलं होतं. तिनं उभारलेली मनोराज्यं कोलमडून पडली होती. फ्रान्झ म्यूलर तिच्याकडून संन्यास घेण्याची परवानगी मागत होते. आपल्या आजवरच्या संसारावर स्वतःच्या हातानं निखारे ठेवण्यासारखंच होतं ते! तसं केल्यानं होणारा आत्मघात तिला धडधडीत दिसत होता. त्यांच्या वेडाची हद्द झाली होती. अधोगतीच्या गर्तेवर येऊन ते उभे राहिले होते. समोर असणारी संकटाची दरी त्यांना दिसत नव्हती. भारतीय संस्कृतीबद्दलच्या प्रेमानं ते आंधळे बनले होते. तिच्या ध्यानीमनी नसतानाही हे संकट तिच्यासमोर येऊन अचानक उभे राहिलं होतं. सारं म्यूलर कुटुंब खोल गर्तेत जाऊन नष्ट होणार होतं. हाराकिरीची अनुज्ञा ते मागत होतं. तिला या गोष्टीचा संताप आला. पत्र वाचता वाचताच ती थरथर कापू लागली आणि आपल्या दोन्ही हातांत त्या पत्राची घडी घट्ट दाबून अखेरीस लहान मुलाप्रमाणे ती रडू लागली.

संध्याकाळी अल्बर्ट घरी आला तेव्हा तिची समजूत घालण्यासाठी तो म्हणाला, "तुला या गोष्टीचा राग येणं स्वाभाविक आहे. पण असं आहे बघ, आपल्याला केवळ राग येऊन जर कोणतीही गोष्ट सुधारत नसेल, तर रागानं उगाच आपलं रक्त आटविण्यात काय अर्थ आहे? आपलं माणूस कायमचं हरपलं असं समजावं आणि गप्प बसावं."

यावर एर्ना एकदम उसळून म्हणाली, "तत्त्वज्ञान सांगायला सोपं असतं. अरे, या घरासाठी सारं रक्त आटवलं आहे रे! हातात काय पडलं, तर हा दुःखाचा डोंगर! फाटून गेली आहे रे सारी सहनशक्ती! तुला सांगायला काय होतं?"

आणि थांबून ती पुढे म्हणाली, "तुझंही बरोबर आहे. तूही त्याच रांगेतला आहेस. थंड गोळ्यासारखा राहून बोलतो आहेस. कुणी शिकवला तुला हा थंडपणा?

त्या चेटकी भारतानं?''

''चांगल्या गोष्टी कुणाकडूनही शिकाव्यात!''

अल्बर्टच्या या बोलण्यावर एर्नानं आपल्या तोंडाचा जो पट्टा सुरू केला. तो बराच वेळ थांबला नाही. ती बोलतच राहिली. बोलताना ती घाबरी झाली, थरथर कापू लागली, तिच्या तोंडातून शब्दही धड उमटेना. तेव्हा अल्बर्ट म्हणाला, ''तू त्यांना पत्र लिही आणि असं काही करू नका, असं कळवळून सांग पाहू!''

यावर आपली मान नकारार्थी हलवीत तिनं म्हटलं, ''छे!, छे! मी नुसतीच पत्र लिहून थोडीच थांबणार आहे? मीच स्वतः जाते त्या भारतात आणि त्यांना इकडे ओढून आणते. नको तो प्रसंग माझ्यावर आलेला आहे- त्या चेटक्या देशात जाण्याचा! पण करणार काय? म्हणे संन्यास घेणार! बघते कसा काय घेतात ते संन्यास!''

यावर अधिक काही बोलण्यात अर्थ नव्हता. अल्बर्ट गप्प बसला आणि त्यानं एर्नाच्या भारतप्रवासाची तयारी करायचं ठरवलं.

❖ ❖

या गोष्टीला अवघे आठ दिवस झाले आणि दारात हे नवीन संकट येऊन उभं राहिलेलं तिला दिसलं. भारतीनं दिलेलं पत्र तिनं वाचलं. तिचा संताप अनावर झाला. एर्ना मागे सरली आणि नकारार्थी मान हलवीत तिनं धाडदिशी बाहेरचं दार लावून घेतलं.

त्या दाराचा केवढा आवाज झाला! त्या अरुंद गल्लीत तो आवाज काही काळ घुमत आहे, असं भारतीला वाटलं. बंद झालेल्या दारावरील उभ्या पाटीवर तिला नावं दिसली- मानफ्रेड म्यूलर, फ्रान्झ म्यूलर, अल्बर्ट म्यूलर!

मानफ्रेड म्यूलर वारले होते. तरीही त्यांचं नाव त्या पाटीवर होतं. फ्रान्झ म्यूलर हे भारतात गेले होते आणि अल्बर्ट हा त्यांचा मुलगा म्हणजे तिसरी पिढी. अल्बर्ट म्यूलर या नावावर तिचं लक्ष काही काळ स्थिर झालं. झाल्या प्रकारानं ती मनस्वी गोंधळली होती. जागेवरच ती निश्चल उभी होती, तरी ती मनाशी म्हणत होती, 'हा अल्बर्ट कसा बरं असेल?'

''कोण हवं आहे आपल्याला?'' या प्रश्नानं तिची तंद्री एकदम भंग पावली. तिनं दचकून मागे वळून बघितलं. एक अतिशय सुरेख तरुण तिला विचारीत होता, ''कोण हवं आहे आपल्याला?''

त्या तरुणाला आपण कुठे तरी पाहिलेलं आहे, असं तिला उगाचच वाटू लागलं. या परकीय तरुणाला आपण कुठून पाहणार, असा विचार मनात येऊन तिनं स्वतःला सावरलं, आणि चाचरत ती म्हणाली, ''मला होय? एर्ना म्यूलर यांचंच

घर आहे ना हे?''

त्या तरुणानं होकारार्थी मान हलवली व म्हटलं, ''तुम्हाला कोण हवं आहे?''

यावर काय बोलावं हे भारतीला समजेना. ती अधिकच गोंधळून गेली. मग झालेला प्रकार तिनं त्याला कसा तरी सांगितला. अल्बर्टनं पुढे जाऊन दारावरचं बटन दाबलं. दार उघडलं गेलं. एर्ना दारात उभी होती. तिला पुन्हा भारती दिसली, पण लगेच अल्बर्टही दिसला. तो घरात गेला आणि आत येण्याबद्दल त्यानं भारतीला खुणावलं. त्याच्या पाठोपाठ भारती मुकाट्यानं आत गेली.

आपल्या आईला त्यानं विचारलं, ''ते पत्र कुठं आहे?''

भारतीनं बरोबर आणलेलं फ्रान्झ म्यूलर यांचं पत्र त्यानं वाचलं आणि एर्नाकडे बघत तो म्हणाला, ''मग तुझं काय म्हणणं आहे?''

एर्नाचा राग अद्याप धुमसतच होता. ती म्हणाली, ''माझी काय चूक आहे, तूच सांग! मी असं करू नको तर काय करू? भारताचं नुसतं नाव काढलं, की माझा संताप अनावर होतो, मग या मुलीला मी घरात ठेवून घेऊ? हिच्या रूपानं घरावर संकट ओढवून घेऊ? सांग, माझं काय चुकलं!''

अल्बर्ट म्हणाला, ''तुझं चुकलं असं मी म्हणत नाही. पण- ''

त्याचं वाक्य पुरतं होण्याच्या आधीच ती म्हणाली, ''झालं तर मग! भारतानं माझा पुरता घात केला आहे. फ्रान्झ तिकडे गेले आणि संन्यास घेऊन ते तिकडेच राहणार आहेत. किती दिवस हा छळवाद मी सहन करू सांग!''

अल्बर्टनं शांतपणानं तिला विचारलं, ''पण यात या मुलीचा काय दोष?''

''तिचा दोष नसेल, पण ती मुलगी भारतीय आहे, हे तर खरं ना? तुला खोटं वाटेल अल्बा, पण मला काही हे चिन्ह ठीक दिसत नाही. या भारताचं आणि आपल्या घराचं जेव्हा नातं जडलं तेव्हाच मनाशी मी एक खूणगाठ बांधून ठेवली होती. या गोष्टी भलत्या थराला जाऊन त्यातून या आपल्या घरावर अपरंपार दुःख कोसळणार आहे, सारं घर बरबाद होणार आहे, अशी माझ्या मनानं एकसारखी धास्ती घेतलेली आहे. मनात यावी ती वाईट गोष्ट खरी होत चालली आहे. त्यात आणखी ही भर कशाला हवी? नाही तर त्या मुलीचं आणि माझं वाकडं का आहे, अल्बा?''

''झालं तर! मग तिला आता या घरात ठेवून घ्यायला काय हरकत आहे?''

अल्बर्टच्या या प्रश्नावर आपली मान नकारार्थी हलवीत एर्ना म्हणाली, ''छे छे! ते मात्र मुळीच होणार नाही. मी हिला आपल्या घरात कधीच ठेवून घेणार नाही. हे नसतं संकट ओढवून घेणार नाही, सांगून ठेवते तुला! तू मला गळ घालू नकोस. खरंच नको!''

आणि भारतीकडे बघत पुन्हा म्हणाली, ''तुला काही गोष्टी माहीत नाहीत.

नाहीतर तू इथे आलीच नसतीस; आणि इथे राहण्याचा भलता आग्रह धरलाच नसतास. आमच्या घराला हा शाप मिळालेला आहे, असं हवं तर म्हण. पण तुमच्या देशाचं आणि आमचं नातं भलं राहिलेलं नाही. त्या नात्यामुळे आमच्या घराण्यातील एकेक पुरुषाचा बळी पडत चालला आहे. हा माझा एकुलता एक मुलगा तरी त्या शापापासून दूर राखला पाहिजे. त्याच्यावर तू तरी आता दया कर. या आईला भिक्षा घाल त्या पोराची!''

एर्ना बोलत होती आणि भारतीचं अंतःकरण तुटत होतं. आपली बॅग तिनं उचलली आणि घरासमोरच्या अरुंद फूटपाथवर ती उतरली. आता ती दगडी रस्त्यावरून मुकाट्यानं चालायला लागणार होती. कुठे कुणास ठाऊक!

परंतु तेवढ्यात अल्बर्टनं तिला थांबण्याची खूण केली, आणि एर्नाकडे वळून तो म्हणाला, ''आपल्या धर्मात हेच सांगितलं आहे? ऐन संध्याकाळी दाराशी आलेल्या पाहुण्याला विन्मुख लावायचं हाच आपला धर्म? तुझ्या म्हणण्याप्रमाणे भारतानं तुझा घात केला असेलही, पण या भारतीय मुलीनं तुझं काय केलं आहे? तिला का उगाच शिक्षा? पापाचा तिरस्कार करा, पण पापी माणसावर प्रेम करा, हा संदेश आपल्याच धर्मानं दिलेला आहे ना? मग या गरीब मुलीचा द्वेष करण्यात, तिला घरात न घेण्यात काय बरं अर्थ आहे?''

अल्बर्ट हे बोलत असताना एर्ना एकसारखी नकारार्थी मान हलवीत होती. तिला त्याचं म्हणणं पटत होतं, पण त्याबरोबर विषाची परीक्षा पाहण्याची तिची तयारी नव्हती.

मग अखेरचं अस्त्र उपसण्याच्या हेतूनं अल्बर्ट म्हणाला, ''आता एवढ्या उशिरानं ती दुसरीकडे कुठे जाणार? या परक्या ठिकाणी तिची ओळख कुठून असणार? तेव्हा तिला रात्रीपुरतं तरी इथे मुक्कामाला राहू दे. उद्या ती वाट फुटेल तिकडे निघून जाईल.''

या गोष्टीला संमती दर्शवणं एर्नाला भागच पडलं.

❖❖

त्या रात्रीपुरता म्हणून भारतीनं म्यूलर कुटुंबात प्रवेश केला खरा, पण त्या एका रात्रीनं त्या साऱ्यांच्याच आयुष्यात केवढी क्रांती घडवून आणली!

त्या दिवशी रात्रीचं जेवण झाल्यावर त्या तिघांनी खूप गप्पा मारल्या. संध्याकाळी निर्माण झालेला कडवटपणा पुष्कळच कमी झाला. त्या तिघांनीही धर्म या विषयावर खूप खूप चर्चा केली. चर्चेचं स्वरूप सर्वसामान्य असल्यामुळे चर्चा मनमोकळी होत होती. भारतीनं त्या घरात प्रवेश केल्यापासून एरवी अबोल असलेल्या अल्बर्टला जणू चर्चेचं स्फुरणच चढलं होतं. तो एकसारखं बोलत होता, एर्ना त्यावर शंका

घेत होती आणि भारती कान देऊन ऐकत होती. तो बोलत असताना त्याच्या निळ्या नेत्रात एक प्रकारची विशिष्ट चमक दिसे. त्याचे नीलवर्ण नेत्र थेट त्याच्या आईसारखे आहेत, ही गोष्ट भारतीच्या केव्हाच लक्षात आली होती. तो बोलत असताना त्याच्या गोऱ्यापान भालप्रदेशावरील निळी शीर मधोमध उठून दिसे. तिच्या मनात येई, उभं गंध रेखलेला हा कुणी वैष्णवच आपल्याशी बोलत बसला आहे. चर्चेच्या ऐन भरात त्याचं प्रतिपादन रंगात आलं म्हणजे आपल्या उजव्या हाताची तर्जनी मागेपुढे करून तो समोरच्या व्यक्तीस बजावल्याप्रमाणे बोलत असे. त्याची ती पद्धत तिला मोठी गमतीदार वाटली. तो बोलत असताना ती त्याच्याकडे तन्मयतेनं बघत होती.

प्रामुख्यानं संध्याकाळच्याच विषयावर त्यांचं बोलणं चाललं होतं. खऱ्या धर्माचं स्वरूप विश्वव्यापी असलं पाहिजे, ही गोष्ट तो आपल्या आईला समजावून सांगत होता. त्याच्या प्रतिपादनाचं सार असं होतं की, 'वेगवेगळ्या धर्मांची अंतर्गत तत्त्वं खरोखरच वेगळी आहेत का? खरोखरच ती परस्परविरोधी आहेत असं म्हणता येईल का? वेगवेगळ्या धर्मांची मंदिरं भिन्न आहेत, त्यांचे देव निराळे आहेत, त्यांची भाषा भिन्न आहे, त्यांचे धर्मग्रंथ वेगळे आहेत, पण त्यांच्या अंतरात्म्यात खरोखर भिन्नता आहे का? आपल्या ख्रिस्ती धर्मात अशी एक मध्यवर्ती कल्पना आहे की, सावध राहा आणि प्रार्थना करा, कारण स्वर्गाचं राज्य जवळ आलं आहे. या आज्ञेचा अर्थ हाच की, तुम्ही आपली अंतःकरणं पवित्र करून तयारीत असा.'

हे बोलत असताना अल्बर्टची नजर आपल्या आईवर स्थिर झाली होती. एर्नाचे डोळे हळूहळू भरून आले होते. एकाग्रचित्तानं ती त्याचं सारं बोलणं ऐकत होती.

अल्बर्ट पुढे म्हणाला, "प्रेम, शांती, भूतदया, समता हे सारे शब्द आपण ऐकतो, बोलतो; पण या साऱ्या शब्दांच्या पलीकडे आपण कधी लक्ष देतो का? आपले ख्रिस्ती लोक विश्वबंधुत्वाच्या गप्पा मारतात; पण जे ख्रिश्चन नाहीत त्यांचा ते द्वेष करतात. विश्वव्यापी धर्माचं स्वरूप कसं आहे सांगू? समजा, एखादा मनुष्य पृथ्वीवरून सूर्याकडे जाण्यास निघाला आणि मध्ये अनेक मुक्कामांवरून त्यानं सूर्याची छायाचित्रं घेतली, तर त्यातील प्रत्येक चित्र दुसऱ्याहून वेगळं दिसेल. तथापि सूर्य एकच आहे, हे आपण विसरत नाही. त्याचप्रमाणे अनेक माणसांना ईश्वराची अनेक रूपं दिसली तरी ती एकाच ईश्वराची रूपं असतात हे विसरून चालणार नाही. मग हा साऱ्यांचाच ईश्वर जर एक असेल, तर त्यांचा धर्मही एकच असायला हवा. संस्कृतीही तशीच असायला हवी, पटते तुला ही गोष्ट?"

शेवटचं वाक्य उच्चारून अल्बर्टनं भारतीकडे बघितलं. एकाग्रतेतून एकदम जागृत झाल्याप्रमाणे करून तिनं बावचळून म्हटलं, "हो, हो! अगदी बरोबर आहे."

मग अल्बर्ट हसत म्हणाला, "हे काही मी माझ्या पदरचं सांगत नाही. तेवढा मी विद्वानही नाही. लहानपणी हे सारं मी ऐकलं आहे माझ्या आजोबांच्या तोंडून

आणि आजोबांनी ऐकलं आहे तुमच्या स्वामी विवेकानंदांच्या तोंडून!''

अल्बर्टच्या मुखातून विवेकानंदांचं नाव बाहेर पडलं आणि एर्ना मनातून चमकली. जो उल्लेख व्हायला नको होता तोच नेमका झाला होता. तिच्या सासऱ्याची आणि स्वामी विवेकानंदांची समक्ष गाठ पडली होती, स्वामींनी त्यांना ध्यानस्थ शंकराची मूर्ती दिली होती, हिंदूंचं पुनर्जन्माचं तत्त्वज्ञान त्यांना सांगितलं होतं, त्यानंतर त्यांच्या घरात हिंदू धर्माचं वेड वाढीस लागलं होतं, त्यातूनच आपल्या अस्थींचं गंगेत विसर्जन व्हावं, अशी मानफ्रेड म्यूलर यांना अखेरची इच्छा झाली होती, त्याप्रमाणे त्यांच्या अस्थी घेऊन फ्रान्झ म्यूलर भारतात गेले होते आणि आता संन्यासदीक्षा घेण्याची इच्छा त्यांच्या मनात निर्माण झाली होती, या साऱ्या गोष्टी एखाद्या चित्रपटाप्रमाणे तिच्या समोरून भराभर सरकल्या होत्या.

दुसऱ्या दिवशी सकाळी भारती त्यांचा निरोप घेऊ लागली तेव्हा एर्ना तिला म्हणाली, ''तू कुठे जाणार?''

भारती हसत म्हणाली, ''कुठेही! वाट फुटेल तिकडे!''

यावर अल्बर्ट काही बोलणार इतक्यात एर्ना मध्येच म्हणाली, ''कुठे जाऊ नकोस. इथेच राहा. अगदी आपलं घर म्हणून!''

आणि अगदी आपलं घर म्हणून भारती त्या घरी राहू लागली.

❖❖

फ्रान्झ म्यूलर यांना अरुणाचलम् येथे भेटण्यासाठी एर्ना भारताकडे जायला निघाली तेव्हा तर त्या घराची सारी जबाबदारी तिच्यावरच येऊन पडली. अल्बर्टची सारी देखभाल करण्याचं काम तिच्या अंगावर पडलं. म्यूलर कुटुंबाचं घर ती सांभाळू लागली.

परक्याच्या घरात एका परकीय तरुणाबरोबर वास्तव्य करण्यात एक प्रकारचा धोका तर होताच; पण भारतात जाताना एर्नानं तिच्यावर जो विश्वास टाकला होता त्या विश्वासाला तडा जाणारं कृत्य आपल्या हातून घडता कामा नये, असं तिला वाटत होतं. आपल्या मनाशी तिनं तसा निर्धारही केला होता. आपल्या भारतीय संस्कृतीची शान आपण परदेशातही नीट राखली पाहिजे, आपल्या भारतीय परंपरेला किमपि धोका पोचणार नाही याची आपण काळजी घेतली पाहिजे, या गोष्टीची जाणीव ठेवून ती वागू लागली.

जर्मनीतील कुटुंबपद्धतीचा आणि तेथील चालीरीतीचा अभ्यास करण्यासाठी ती हैडेलबर्गला आली होती. अशा प्रकारचा अभ्यास करताना ठिकठिकाणी हिंडावं लागतं, वेगवेगळ्या ठिकाणी जावं लागतं, समाजात मिसळावं लागतं आणि हे करताना काही धोके असतात, या गोष्टीची तिला पुरेपूर जाणीव होती. हे सारे धोके

आपण चतुराईनं टाळले पाहिजेत, त्यासाठी आपण जागरूक राहिलं पाहिजे, या गोष्टीचीही खूणगाठ तिनं मनाशी बांधून ठेवली होती. परंतु त्याचबरोबर काही धोके आपण पत्करले पाहिजेत, आणि त्यांना तोंड दिलं पाहिजे; ते अशा धोक्यांना भेदरून त्यांच्यापासून दूर पळून जाऊन नव्हे, तर अशा प्रकारच्या धोक्यात स्वतःहून उडी घेऊन आपण त्यातून पार पडलं पाहिजे, अशी तिची धारणा होती. क्वचित्प्रसंगी आपली फसगत होईल, पण तीही आपण निमुटपणानं पत्करली पाहिजे, असं तिला मनांपासून वाटे.

एर्ना भारतात निघून गेल्यापासून भारतीनं आपली कुटुंब-पाहणी सुरू केली. दिवसभर ती बाहेरच असे. रात्री मात्र ती मुक्कामाला घरी येई. तिला एक खास खोली देण्यात आली होती. रात्रीच्या वेळी तिला खोलीत एकटं एकटं वाटायचं. कॉटवर पडल्या पडल्याच कॉटजवळच्या खिडकीतून ती बाहेर बघत राही. टेकडीवरील जुन्या किल्ल्याचे धूसर अवशेष स्वप्नात दिसणाऱ्या वास्तूंप्रमाणे भासत. एका उंच चर्चचा आकाशात घुसलेला क्रूस तिला नेमका पडल्या पडल्या दिसे. त्या क्रूसकडे बघत ती दिवसभर घडलेल्या घटनांचा विचार करीत राही. जर्मनीतील कुटुंबाची पाहणी चालली होती. त्या क्रूसकडे बघताना तिच्या मनात विचार येई तो हा, की माणूस हा इथूनतिथून सारखाच आहे. देशपरत्वे त्यांच्यात काहीही बदल घडत नाही. एकाच परमेश्वराची ही लेकरं आहेत. त्यांच्या जन्मजात भावना एक आहेत, त्यांच्या आशाआकांक्षा एक आहेत. ही सारी माणसं श्रद्धाळू आहेत; मात्र त्यांच्या श्रद्धा वेगवेगळ्या ठिकाणी असल्यामुळे ही माणसं वेगवेगळी भासतात, एवढंच!

तिला आपल्या या विचाराचं नवल वाटायचं. आपण कुठले कोण... आणि एवढा बंधुभाव आपल्यात का जागृत व्हावा? मग तिला वाटत राहायचं की हे सारं एकच एक विश्वकुटुंब आहे, हे अवघं विश्व आपलं घर आहे, आपण त्या विश्वकुटुंबाचे एक घटक आहोत.

या विचारात तिला केव्हा झोप लागायची, हे तिचं तिलाही कळायचं नाही.

प्रथम काही दिवस खोलीला आतून कडी लावून ती झोपत असे. पण तेही तिला प्रशस्त वाटेना. अशा तऱ्हेनं वागून आपण एका सभ्य तरुणाचा अपमान करीत आहोत, त्याच्यावर अविश्वास दर्शवीत आहोत, असं तिला वाटे. म्हणून मग ती खोलीला कडी न लावताच झोपू लागली.

❖❖

एकदा मध्यरात्री ती दचकून जागी झाली. ती मनस्वी घाबरली होती. तिच्या सर्वांगाला दरदरून घाम सुटला होता. आपण जे अनुभवलं होतं ते स्वप्नात अनुभवलं होतं, का प्रत्यक्षात अनुभवलं होतं, याचा उमज तिला काही केल्या पडेना.

जे तिनं अनुभवलं होतं, ते अतिशय गोड होतं. ज्या अनुभवासाठी तारुण्य आसुसलेलं असतं, तशा प्रकारचा तो अनुभव होता. त्या अनुभवानं तिची सारी गात्रं सुखावली होती. वर्षा ऋतूच्या प्रारंभी धरित्रीवर पहिली बरसात झाली म्हणजे जी सुखावह शीतलता येते, ती तिच्या अंगावर आली होती.

दिवसभराच्या परिश्रमांनी ती गाढ झोपी गेली होती. कुणी तरी तिच्या कॉटजवळ आलं होतं. ती दचकून जागी झाली होती, पण तिनं डोळे उघडले नव्हते. कॉटजवळ आलेली व्यक्ती कॉटवर चढून तिच्याजवळ टेकून बसली. ती कुशीवर झोपली होती. त्यामुळे तिच्या स्तनमंडळाला तो भार विशेष जाणवला. ती कुशी बदलणार एवढ्यात त्या व्यक्तीनं आपले दोन्ही हात तिच्या गळयाभोवती लपेटले; आणि खाली वाकून तिच्या ओठांची भराभर चुंबनं घ्यायला सुरुवात केली. मनस्वी ओरडण्याची तिची इच्छा झाली, पण तिचं तोंड बंद होऊन गेलं होतं. त्यामुळे तिला धड ओरडताही येईना. चुंबनांचा वर्षाव संपत नव्हता आणि ओरडणं जमत नव्हतं.

तिला जेव्हा पुरती जाग आली तेव्हा कुणी तरी पळून गेल्याची स्पष्ट जाणीव तिला झाली. उशागती असलेलं दिव्याचं बटन तिनं दाबलं, पण तिला कुणीही दिसलं नाही. शेजारच्याच हॉलमध्ये अल्बर्ट शांतपणानं झोपलेला तिला दिसला. तिच्या खोलीतील प्रकाश त्याच्या शांत निद्रिस्त मुखावर पडला होता. प्रकाशामुळे त्याचे मिटलेले डोळे त्यानं चाळवले आणि कुशी बदलली.

हे सारं स्वप्न होतं का? तिला तसं वाटेना. घाबरल्यामुळे तिचा श्वास झपाट्यानं चालला होता. तिचा ऊर धपापत होता. स्वतःला सावरण्यासाठी तिनं आपले हात आपल्या उरोभागावर घट्ट दाबून धरले. अद्यापही भीतीनं तिची छाती वरखाली होत होती. तिथून कळ निघाल्यासारखी वाटत होती. आपल्या उरोजावर पडलेला भार तिला अजूनही जाणवत होता. तिनं ओठांवरून जीभ फिरवली. त्या ओठांनाही पुनःपुन्हा झालेल्या स्पर्शाची जाणीव काही केल्या जात नव्हती.

ते स्वप्न होतं का सत्य होतं? तिला त्या गोष्टीचा निर्णय करता येईना. ते स्वप्न होतं असं मानावं, तर तिच्या ओठांना आणि उरोभागाला झालेल्या स्पर्शाची जाणीव तिला काही केल्या मनावेगळी करता येईनात आणि जे घडलं ते सत्य होतं असं मानावं, तर त्या वेळी अल्बर्ट शेजारच्याच दिवाणखान्यात शांतपणानं झोपी गेलेला तिला दिसला. त्याची झोप हे सोंग होतं का? तिला तसंही वाटेना.

घडलेला प्रकार तिला पुनःपुन्हा आठवत होता. त्या प्रकाराच्या स्मरणानं तिच्या अंगावर रोमांच फुलून उठत होते. तिला आनंदाच्या उकळ्या फुटत होत्या. तिची गात्रं आनंदात न्हाऊन निघत होती. हा अनुभव नवा होता, पण तो आपल्याला हवाहवासा वाटत होता, असंही तिला वाटू लागलं. क्षणभर तिला असाही भास झाला, की आपण बांकीपूरच्या आपल्या खोलीत झोपलो आहोत. एका झोपेवर

आपल्याला अचानक जाग आलेली आहे, आपण कुशी बदलली आहे आणि खिडकीतून चंद्रकिरणांचा शिडकावा आपल्या मुखावर होत आहे. रातराणीच्या आणि रानवेलीच्या फुलांतून आलेला संमिश्र सुगंध आपल्या नाकात कोंदून गेला आहे. आपण घाबऱ्या झालो आहोत. आपल्या भावना उत्कट बनल्या आहेत. आपल्याला एकटं एकटं वाटत आहे, कुणाची तरी सोबत आपल्याला हवी आहे. आपल्याला कुणी तरी मिठीत घ्यावं असंही आपल्याला वाटत आहे...

ती एकदम दचकली. तिला तोच अनुभव आला होता. तिनं बावचळून खिडकीबाहेर बघितलं. किल्ल्याचे अवशेष अंधारात बुडाले होते आणि तिला नेहमी दिसणारा चर्चचा क्रूस आकाशाच्या अंतःकरणात घुसलेल्या शलाकेप्रमाणे भासत होता.

तिनं जे अनुभवलं होतं ते स्वप्नसृष्टीतलं ठरावं, ही गोष्ट तिच्या मनाला बरी वाटत नव्हती आणि ते सत्यसृष्टीतलं असावं, ही गोष्ट तिच्या मनाला परवडत नव्हती. कारण त्यात विश्वासघात होता. भारताला जाण्यापूर्वी केवढ्या विश्वासानं एर्नानं तिच्यावर आपलं घर सोपवलं होतं? आणि सत्यसृष्टीत जर हा प्रकार घडला असेल तर त्या विश्वासाला ती पात्र ठरणार नव्हती. हा विश्वासघात करण्यात तिची चूक नव्हती, ही गोष्ट खरीच; कारण जे घडलं होतं ते दुसऱ्या व्यक्तीकडून घडलं होतं, त्यात तिचा पुढाकार नव्हता. तथापि घडल्या प्रकारानं विश्वासघाताचा आरोप थोडाच टळणार होता? सारांश, तिच्या मनाला जे बरं वाटत होतं, ते तिला परवडत नव्हतं.

झाला प्रकार तिला मुळीच विसरता येत नव्हता. त्या प्रकाराची ती आपल्या मनात पुनःपुन्हा उजळणी करीत होती. आपण रात्री किती वाजता झोपलो होतो, किती वाजता हा प्रकार घडला, सकाळी आपण केव्हा जागे झालो, अल्बर्टच्या वागणुकीत काही फरक पडला काय, या साऱ्या गोष्टी तिनं अनेकदा तपासून पाहिल्या. बुद्धिबळाची प्यादी पटावरून मागे-पुढे फिरवावीत त्याप्रमाणे तिनं साऱ्या घटना मागेपुढे करून पाहिल्या, त्यांची उजळणी केली, त्यांची तपासणी केली, पण तिच्या हाती काही केल्या कोणताच निर्णय लागेना.

दुसऱ्या दिवशी सकाळी अल्बर्ट ऑफिसमधून घरी आला तेव्हा ती त्याच्या अगोदरच घरी येऊन बसली होती. तिनं त्याच्या कानावर सारा प्रकार घातला. तेव्हा

तो मनापासून हसला आणि म्हणाला, "समज, हा सारा प्रकार प्रत्यक्षात घडलेला आहे. त्यावर तुला काय म्हणायचं आहे?"

भारतीनं उत्तर दिलं, "मला म्हणायचं काहीच नाही. मला फक्त एवढंच हवं आहे की, मी जे अनुभवलं ते सत्य होतं का स्वप्न होतं?"

आपल्या तोंडावरच हास्य कायम ठेवून अल्बर्ट पुढे म्हणाला, "प्रथम ते सत्य होतं असं समजून आपण बोलू बोल, त्यावर तुझं काय म्हणणं आहे?"

त्याचं बोलणं ऐकून भारती एकदम खुदकन् हसली. मग आपण अशा तऱ्हेनं हसायला नको होतं असं वाटून तिनं आपलं हसणं आवरतं घेतलं आणि ती म्हणाली, ‘‘मग मला विचार केला पाहिजे.’’

‘‘कसला विचार?’’

‘‘इथे राहण्याचा!’’

‘‘म्हणजे इथे राहण्याचा का इथून जाण्याचा?’’

‘‘होय. तसंच!’’

‘‘याचा अर्थ असा की, घडला प्रकार जर सत्य असेल तर या घरातून तू निघून जाणार!’’

भारतीनं यावर नुसती होकारार्थी मान हलवली.

मग अल्बर्टनं विचारलं, ‘‘बरं, हे जर स्वप्न असेल तर?’’

पुन्हा ती हसली आणि म्हणाली, ‘‘मग मला ते आवडेल.’’

तिचं बोलणं ऐकून अल्बर्ट मोठ्यांदा हसला आणि म्हणाला, ‘‘म्हणजे सत्यापासून दूर जायचं आणि स्वप्नाला चिकटून बसायचं! असाच ना हा सारा प्रकार?’’

ती काही बोलली नाही. अल्बर्ट पुढे म्हणाला, ‘‘उलट माणसानं स्वप्नाला भ्यावं, पण सत्याला भिऊ नये.’’

मग अल्बर्टनं तिला विचारलं, ‘‘तुमच्या भारतीय साहित्यात अशी एक स्वप्नकथा आहे. माझ्या आजोबांच्या तोंडून मी ती कथा ऐकल्याचं स्मरत.’’

भारतीनं उत्तर दिलं, ‘‘होय, अशी कथा आहे खरी! उषास्वप्न! उषेच्या स्वप्नात तिचा भावी प्रियकर अनिरुद्ध हा नेहमी यायचा आणि मग...’’

तिनं ते वाक्य पुरं केलं नाही. ती बोलत असताना अल्बर्ट ज्या अभिप्रायानं हसत होता तो अभिप्राय ध्यानी येताच ती गोंधळली, आणि मग काही तरी बोलायला हवं म्हणून पुढे म्हणाली, ‘‘छे: छे:! तसं माझं स्वप्न नव्हतं. माझ्या स्वप्नात मला जे दिसलं, मी जे अनुभवलं ते वेगळं होतं. उषा-अनिरुद्धांनी असले चाळे कधी केले नव्हते. छे: छे:! मुळीच नाही!’’

अल्बर्ट चटकन् म्हणाला, ‘‘ही आधुनिक उषा आहे. तिच्या कथेत या साऱ्या गोष्टी यायलाच हव्यात.’’

तो किती गोड बोलत होता! ती भांबावून गेली. तिला त्याचं बोलणं आवडत होतं का? हवंहवंसं वाटत होतं का?

आणि तसं वाटत असलं, तरी आपण अनुभवलेला प्रकार हा सत्य होता की ते एक स्वप्न होतं, या गोष्टीचा निर्णय तिला करता येईना.

पुढील पंधरा दिवसांत तिनं त्याला त्या प्रकाराविषयी अनेकदा विचारलं होतं, तो त्यावर काही मजेदार उत्तर देत होता, त्याचं ते उत्तर तिला आवडत होतं, पण

ते सत्य की स्वप्न, हे तिला काही केल्या ठरविता येईना.

एके दिवशी तिनं आपला ठराविक प्रश्न त्याला विचारला, तेव्हा तो म्हणाला, ''योग्य वेळी मी तुला सारं काही सांगेन.''

❖❖

परंतु ती योग्य वेळ लवकर येईना. मधल्या काळात एर्ना भारतातून परत आली होती. रमणमहर्षींच्या आश्रमात जाऊन तिनं आपल्या पतीची भेट घेतली होती. फ्रान्झ म्यूलर यांनी प्रत्यक्ष संन्यासदीक्षा घेतली नव्हती तरी त्यांनी संन्याशाचा वेष परिधान करायला आरंभ केला होता. पत्नीची परवानगी येताच आपण रीतसर दीक्षा घेणार आहोत, पण तोपर्यंत हा वेष धारण करायला काय हरकत आहे, असं वाटून त्यांनी भगवी वस्त्रं अंगावर चढवली होती.

एर्ना रमणमहर्षींच्या आश्रमात जाऊन दाखल झाली तेव्हा दुपार झाली होती. फ्रान्झ म्यूलर यांच्यासमोर जाऊन ती प्रत्यक्ष उभी राहिली तरी तिनं त्यांना मुळीच ओळखलं नाही. त्यांच्या अंगावरची ती संन्याशाची भगवी वस्त्रं पाहिल्यावर एर्नाला त्यांचा तिरस्कार वाटू लागला. तिनं त्यांच्याकडे तिरस्कारानं बघितलं, पण ती बोलली मात्र काहीच नाही. ती मनाशी म्हणाली, 'गोष्टी या थरावर आल्या आहेत तर! काम हद्दीबाहेर गेलेलं दिसतंय! आता बोलून काय उपयोग?'

परंतु तिनं रमणमहर्षींची गाठ घेतली, पण ते काहीच बोलले नाहीत. आपली दृष्टी वर करून रमणमहर्षींनी तिच्याकडे बघितलं तेव्हा क्षणभर ती थरारून गेली. त्यांच्या दृष्टीतील तेज तिला सहन झालं नाही. त्या तेजानं आपल्या मनातील सारे विकल्प नाहीसे होत आहेत, असा भास तिला होऊ लागला. तिनं दृष्टी खाली केली. त्या वेळी रमणमहर्षी तिच्याकडे बघून हसत आहेत आणि आपले दोन्ही हात वर करून तिला आशीर्वाद देत आहेत, असं तिला दिसलं.

एवढ्यात विद्यानंदस्वामी तिथे आले. रमणमहर्षींनी तिच्याकडे बोट करून त्यांना काहीतरी खुणावलं.

मग विद्यानंदस्वामी तिच्याकडे बघत हसत म्हणाले, ''इकडे यावं बाईसाहेब!''

दुसऱ्या एका मोठ्या दिवाणखान्यात त्यांनी तिला नेलं. त्या ठिकाणी विद्यानंदस्वामींचे अनेक शिष्य ध्यान लावून बसले होते. त्यांच्यातच तिला फ्रान्झ म्यूलरही दिसले. किती वेगळे दिसत होते ते! त्यांनी परिधान केलेली वस्त्रं तिला आवडली नव्हती, तरी त्यांच्या मुद्रेवरचं तेज पाहून तिला बरं वाटलं.

त्या प्रशस्त दिवाणखान्याच्या कोपऱ्यात हरिणाजिन टाकलं होतं. त्यावर विद्यानंदस्वामी बसले. त्यांच्या डाव्या बाजूला एर्ना बसली.

समोर ध्यानस्त बसलेल्या फ्रान्झ म्यूलर यांच्याकडे कौतुकानं बघत विद्यानंदस्वामी

तिला उद्देशून म्हणाले, "खरोखर तुझं केवढं भाग्य म्हणून तुला म्यूलरसाहेबांचं पत्निपद लाभलं. तुझी ही पूर्वजन्माचीच पुण्याई असली पाहिजे."

त्यांच्या बोलण्यातील पूर्वजन्माचा उल्लेख ऐकताच तिला परमावधीची चीड आली. ती काही बोलणार एवढ्यात विद्यानंदस्वामी फ्रान्झ म्यूलर यांच्याकडे बोट दर्शवीत म्हणाले, "आमच्या या शिष्यानं भारी प्रगती केलेली आहे. हा तीन-तीन तास पद्मासन घालून ध्यानस्थ बसतो. आता थोड्याच दिवसांत त्याची समाधी लावण्यापर्यंत मजल जाईल."

मध्येच तुटकपणानं एर्ना म्हणाली, "पण त्यांना मायदेशी परत घेऊन जाण्यासाठी मी आले आहे."

विद्यानंदस्वामी यावर म्हणाले, "आता तू त्याला नेणारी कोण? आणि तो तरी येणारा कोण? हे सारं प्रभुसूत्र आहे. या साऱ्या गोष्टी ज्याच्या त्याच्या प्रारब्धानुसार घडत असतात. त्याच्या पूर्वकर्मानुसार जोपर्यंत त्याचा योग होता, तोपर्यंत हा जीव संसारात राहिला. आता मुक्ती मिळविण्यासाठी या जीवाची वाटचाल सुरू झालेली आहे. तू त्याच्या मार्गात येऊन पापाची धनी होऊ नकोस."

एर्नाला वाटलं होतं, त्यांना म्हणावं, 'कशाला या थापा मारता? कोणता गतजन्म आणि कुठलं पूर्वकर्म? योगायोगाच्या या बाता कशाला? मुक्तीची बडबड हवी कशाला? तुम्ही सारे हिंदू लोक भ्रमिष्ट आहात, मूर्ख आहात. मूर्खांच्या साम्राज्यात तुम्ही राहता आणि अखेरीस केवळ कल्पनेनं मूर्खांच्याच नंदनवनात चालते होता. सारा खुळ्यांचा बाजार, मूर्खांची बडबड, वेड्यांचे व्यवहार!'

पण उघड रीतीनं ती काही बोलली नाही.

मग संधी साधून तिनं फ्रान्झ म्यूलर यांची एकांतात गाठ घेतली. त्यांची खूप हजेरी घेतली; पण तिची खात्री झाली, की हे आता वाया गेलेलं प्रकरण आहे. आपल्या पत्रात लिहिलेल्या गोष्टीच ते तिला पुनःपुन्हा पटवून देत होते आणि संन्यासदीक्षा घेण्याची परवानगी तिच्याकडून मागत होते. बोलूनबोलून ती थकली तरी त्यांनी आपलं म्हणणं सोडलं नाही.

अखेरीस ती त्यांना म्हणाली होती, "तुम्ही घरदार सोडलंत, आपल्या संसारावर विस्तव ठेवलात. आता तुम्ही संन्यास घेतलात काय किंवा कायमचे मुक्त झालात काय, मला सारं सारखंच आहे. वाटेल ते करा. ज्या माणसानं विचार सोडला आहे त्याच्याशी बोलून काय उपयोग? पाणी पड-पडून कठीण झालेला दगड फुटतो, पण तुमचं हे अंतःकरण! त्याला कधी ओलावा येईल असं वाटत नाही. मला जे काय समजायचं ते मी समजून चुकले आहे. ही वेळ येणार हे मला माहीत होतं."

अशा तऱ्हेनं ती खूप वेळ बोलत राहिली होती. कधी संतापानं तर कधी गोडीनं त्यांना पटवून देण्याच्या हेतूनं! एर्नाच्या बोलण्याला फ्रान्झ म्यूलर मुळीच बधले

नाहीत. आध्यात्मिक क्षेत्रात त्यांचं पाऊल पक्कं रोवलं गेलं होतं. ऐहिकाचे पाश तुटले होते. त्या मार्गावरून ते आता मुळीच परतणार नव्हते.

त्यांचा अखेरचा म्हणून निरोप घेऊन ती मायदेशी परतली तरी तिचा संताप किमपि कमी झाला नव्हता. घरी परत आल्यावर तिनं एकच गोष्ट केली- तिच्या घरात भारतीय संस्कृतीच्या ज्या ज्या खुणा होत्या, त्यांची तिनं पार हकालपट्टी केली. आपल्या घराण्यावर भारतीय संस्कृतीची मोहिनी टाकणारी सारी पदचिन्हं तिनं पुसून टाकली. त्यांच्या घरात भारतीय संस्कृतीच्या वस्तूंचा एक मोठा संग्रहच झाला होता, तो तिनं दृष्टीआड केला. म्यूलर कुटुंबानं आजवर गोळा केलेला आणि प्राणपणानं जतन करून ठेवलेला संस्कृत ग्रंथाचा संग्रह तिनं खुशाल रस्त्यावर फेकून दिला. भगवद्‌गीता फाडून टाकली. विवेकानंदांनी तिच्या सासऱ्याला दिलेली ध्यानस्थ शंकराची मूर्त आणि त्यांच्या घरात असलेली बालमुकुंदाची मूर्ती, या साऱ्या स्मृती तिनं नष्ट केल्या. तिला वाटलं, आपल्या संसाराचा, आपल्या कुटुंबाचा विध्वंस करणारी भारतीय संस्कृतीच आपण घराबाहेर फेकून देत आहोत. घरावरचं संकटच दूर करीत आहोत.

हा सारा प्रकार भारती मुकाट्यानं बघत होती. तिला तो प्रकार पटत नव्हता, तरा एर्नाच्या भावना तिला समजत होत्या. तिचा उद्वेग कळत होता. साऱ्या गोष्टी कळसाला पोचल्यावर माणसाचा आपल्या मनावरील ताबा कसा उडून जातो आणि त्या भरात माणसाच्या हातून अशाच गोष्टी घडतात, हे भारतीला कळत होतं. पण जेव्हा एर्ना तिच्याकडे बघून म्हणाली, "हे गावच मला सोडावसं वाटतं. कारण या गावात माझं काहीही चांगलं झालेलं नाही," तेव्हा मात्र तिच्या बोलण्यातील तर्कशून्यता भारतीला जाणवली. एर्नाच्या या बोलण्यावर भारतीनं विचारलं, "असं कसं म्हणता?"

एर्ना मग तावातावानं बोलू लागली. म्हणाली, "कसं म्हणता म्हणजे? आमचं हे गाव म्हणजे विद्येचं माहेरघर; आणि आमची ही गल्ली म्हणजे भारतीय संस्कृतीचा अड्डा! सदासर्वकाळ तुम्हाला इथे आध्यात्मिक भाषणं ऐकायला मिळतील, वेदांन्तचर्चा तुमच्या कानी पडेल. संस्कृतिसंमेलनं झालेली तुमच्या दृष्टीस पडतील. तुम्ही या गावच्या गल्ली-बोळातून हिंडा. जाड भिंगाचे चष्मे लावून आणि लहान-मोठ्या दाढ्या वाढवून अनेक पंडित व प्राध्यापक वावरताना तुम्हाला दिसतील. जिकडेतिकडे मुक्त आध्यात्मिक विद्या, वेदान्त तत्त्वचर्चा यांचा सुकाळ दृष्टोत्पत्तीस पडेल."

एर्ना थांबली. भारतीही गप्पच होती.

मग एर्ना पुढे म्हणाली, "माझे सासरे मानफ्रेड आणि माझे पती फ्रान्झ हेही त्याच माळेतले. माझं घर म्हणजे भारतीय अध्यात्माचा जणू अड्डाच बनला होता. मला वीट आला होता या साऱ्या गोष्टीचा! माझा हा एकुलता एक मुलगा त्याच

मार्गानं निघाला होता; पण मी त्याला आवरलं. माझा स्वतःचा सारा घात झाला, पण मी मात्र त्याचा घात टाळला.''

थोडा वेळ थांबून ती म्हणाली, ''तुझ्या देशाचा तुला अभिमान वाटणं अगदी स्वाभाविक आहे; पण तूच सांग, माझ्या संसारात मला कोणतं सुख मिळालं ते! मला माझ्या संसारात काय कमी होतं? दारापुढून ही नेकर नदी वाहते आहे, कुठेही पाहा, चर्चचा क्रूस दिसतो आहे, टेकडीवर जुना किल्ला दिसतो आहे. काय परंपरा नाही आमच्या देशाला? या नेकरकडे पाठ करून या माझ्या लोकांना गंगेला सामोरं जायचं काय कारण होतं? पण हवं ते सोडून, नको त्याचा ध्यास या मंडळींनी घेतला. काय झालं असेल माझ्या मनाचं, याचा तू विचार कर. याच तुमच्या भारतीय संस्कृतीनं माझ्या सुखावर निखारे ठेवले गं! माझं सुख पार जाळून टाकलं. होत्याचं नव्हतं केलं. घर उठवलं!''

भारतीला खूप बोलावंसं वाटत होतं, पण ती बोलली नाही. एर्नाच्या संसारसुखाची राखरांगोळी झाली त्याला भारतीय संस्कृती किंवा हिंदू धर्म या गोष्टी कशा कारणीभूत होतील, हा प्रश्न तिच्या मनात उभा राहिला. कोणता धर्म व्यक्तीच्या सुखाआड येत असतो? मग तो धर्म कसला? कोणती संस्कृती कुणाचं सुख जाळून टाकते? मग ती संस्कृती कसली? मानवी सुखाचा अचूक मार्ग दर्शविण्यासाठीच ना, कोणत्याही धर्माचा वा संस्कृतीचा जन्म झाला? चुकली तर माणसं चुकतात; धर्म वा संस्कृती चुकत नाहीत.

पण हे सारे विचार भारतीनं मनातच ठेवले. शब्दरूपानं ओठांचा उंबरठा ओलांडून त्यांना तिनं बाहेर जाऊ दिलं नाही.

❖❖

संध्याकाळी अल्बर्ट घरी आला तेव्हा एर्नानं सारा पाढा पुन्हा त्याच्यासमोर वाचला. अरुणाचलम्‌ची सारी हकिगत त्याला कथन केली आणि ती म्हणाली, ''आपल्या घरात तुमची ही खुळं चालली होती. मी कठोरपणानं बोलत होते. तुम्हाला वाटायचं, की ही बाई खुळी आहे, तिला वेड लागलं आहे; पण भारतीय संस्कृतीचं तुम्हाला वेड लागलं होतं, याबद्दल माझी खात्री होऊन चुकली होती. तुमचं हे वेड अखेरीस घातक ठरणार आहे, असा इशारा मी तुम्हाला वेळोवेळी देत होते. तुम्ही सारे खुळे होता; पण माझा मात्र घात झाला. माझ्या संसाराला आग लागली. मी माणसातून उठले रे!''

एर्ना बोलत होती, अल्बर्ट ऐकत होता आणि भारतीकडे बघत होता. तिच्या तोंडावर तिच्या धर्माची, तिच्या संस्कृतीची निंदानालस्ती चालली होती. ती निंदानालस्ती तिला निमूटपणानं ऐकावी लागत होती. त्यांच्या घरी ती पाहुणी म्हणून आली होती

आणि ही निंदानालस्ती तिला ऐकावी लागणं, हा तिचा धडधडीत अपमान होता. त्या अपमानाला त्याची आई कारणीभूत झाली होती; आणि तो आपल्या आईला काहीच बोलू शकत नव्हता.

एकदा तो भारतीला म्हणाला, ''त्या दिवशी माझा अगदी नाइलाज झाला बघ. माझ्या आईनं तुझ्या धर्मातील उणंदुणं काढलं. तुझा अपमान केला. मी तिला काही बोलू शकलो नाही. कारण तिच्या अंतःकरणाचं दुःख मोठं होतं; आणि तिचं अंतःकरण पोळलेलं असल्यामुळे त्याच्या वेदना तिच्या मुखावाटे बाहेर पडत होत्या. तिचं दुःख खरं होतं, पण त्या दुःखाचं कारण मात्र लटकं होतं; तिच्या त्या दुःखाला हिंदू धर्म किंवा भारतीय संस्कृती कारणीभूत झालेली आहे, ही तिची कल्पना कुणाला पटण्याजोगी होती? आणि तुझ्यासारख्या पाहुणीसमोर तिनं अशा रीतीनं आपलं दुःख उघड करावं, हेही शिष्टाचाराला धरून नव्हतं. माझ्या आईनं केलेल्या या प्रकाराबद्दल मी तुझी क्षमा मागतो.''

यावर भारती म्हणाली, ''तुझ्या आईच्या वतीनं तू माझी क्षमा मागावीस असं वास्तविक काहीच घडलं नाही. तुझ्या आईला जो अनुभव आला तो तिच्या तोंडातून बाहेर पडला, एवढंच! त्यात क्षमा मागण्याचं कारण काय?''

❖ ❖

काळ पुढे पुढे सरकत होता. वर्तमानकाळ भूतकाळात दाखल होत होता आणि भविष्यकाळ वर्तमानकाळाचं रूप घेऊन पुढे येत होता. वर्तमानकाळात घडलेल्या गोष्टी भूतकाळात जमा होत होत्या आणि भविष्यकाळाच्या उदरात दडलेल्या गोष्टी वर्तमानकाळात घडत होत्या. काळ हा साऱ्याच मानवी दुःखांवर धन्वंतरी आहे, हीच गोष्ट खरी! आज ज्या घटनांनी अंतःकरणावर दुःखाचा डाग उमटला होता तो डाग, त्या घटना भूतकाळात दाखल झाल्याबरोबर पुसट होत चालला होता. आजची दुःखं कालची होत चालली होती आणि त्याबरोबर त्या दुःखांच्या वेदनाही कालच्याच बनत होत्या. नवी सुखदुःखं सामोरी येत होती आणि त्या सुखदुःखानुरूप मानवी भावना हेलावत होत्या. मानवी आयुष्यातील हे सुखदुःखाचं चक्र अव्याहतपणानं फिरत होतं.

त्या वेळी साऱ्या जगातही केवढी उलथापालथ होऊन गेली होती! दुसरं महायुद्ध संपलं होतं. त्या महायुद्धात माणुसकी जळून खाक झाली होती. माणूसच माणसाचा वैरी बनला होता. अणुबॉंब या महाभयानक अस्त्राला माणसानं जन्म दिला होता आणि तेच अस्त्र माणसाच्या मुळावर आलं होतं. त्यानं माणसालाच मारून टाकलं होतं. जगभर पसरलेल्या युद्धाच्या होमकुंडात कित्येक राष्ट्रांच्या स्वातंत्र्याची आहुती पडली होती, तर काही राष्ट्रांच्या पदरात स्वातंत्र्याचं दान पडलं होतं.

अग्निदिव्यातून त्या राष्ट्रांच्या स्वातंत्र्याचा जन्म झाला होता. सारीच उलथापालथ झाली होती. साम्राज्यपिपासू राष्ट्रांची साम्राज्यतृष्णा धुळीला मिळाली होती. युद्ध संपलं होतं आणि साऱ्या जगात स्मशानशांतता पसरली होती. जिवंत माणसाचं अस्तित्व भासत नव्हतं. पेंढा भरल्यासारखी माणसं वाटत होती. त्या माणसांना हात-पाय होते... ती माणसं चालत होती... पण कळसूत्री बाहुल्यांप्रमाणे कुणी तरी त्यांना चालवीत आहे, असा भास होत होता. जर्मन राष्ट्राची तर या युद्धाच्या काळात राखरांगोळी झाली होती. त्या देशाचे लचके तोडले गेले होते. या धुमश्चक्रीत नवा स्वतंत्र भारत निर्माण झाला होता, पण तोही देश फाटला होता. त्याचे दोन तुकडे झाले होते.

तथापि या जागतिक युद्धाचा म्यूलर यांच्या कुटुंबावर किमपि परिणाम झाला नव्हता. मागील अंकावरून त्यांचा जीवनक्रम पुढे चालू होता. त्यांचं भारतप्रेम कायम होत; नव्हे उलट वाढलं होतं. स्वतंत्र झालेला भारत देश आता आपल्या पारंपरिक पूर्वतेजानं तळपू लागेल, असा अपरंपार विश्वास म्यूलर कुटुंबाला वाटत होता. आपल्याला प्रिय असलेला हा भारतदेश स्वतंत्र झाला, स्वामी विवेकानंदांचं भविष्य त्या रूपानं साकार झालं, त्या देशाचं स्वातंत्र्य बघण्याचं भाग्य आपल्याला लाभलं, या गोष्टीचा केवढा अभिमान मानफ्रेड म्यूलर यांना वाटत होता! त्या देशातील परम पवित्र गंगा नदीत आपल्या अस्थी विसर्जित केल्या जाव्यात, अशी आस त्यांच्या अंतःकरणाला लागली होती. त्यांच्या दृष्टीनं त्यांचा शेवट गोड झाला होता. मनुष्यजन्माला येऊन जे काय मिळवायचं असतं, ते आपण पदरात पाडून घेतलं आहे, या समाधानातच त्यांनी डोळे मिटले होते. आपल्या पित्याच्या अस्थी घेऊन फ्रान्झ म्यूलर भारतात गेले होते. पित्याच्या अस्थींचं गंगेत विसर्जन केल्यावर ते भारतातच अज्ञाताच्या शोधात राहिले होते. अरुणाचलम् येथे मानवी जीवनाचं गूढ आपल्या हाती गवसेल, या आशेनं ते रमणमहर्षींच्या आश्रमात जाऊन राहिले होते. त्या ठिकाणी त्यांनी साधना केली होती. आध्यात्मिक मार्गात खूप प्रगती केली होती. त्यासाठी संन्यासाश्रम पत्करण्याचा निर्धार केला होता आणि तो निर्धार पारही पाडला होता.

केवढं कालचक्र फिरलं होतं?

आपला संसार सोडून फ्रान्झ म्यूलर यांनी संन्यासदीक्षा घेण्याचं ठरविलं आहे, ही गोष्ट एर्नाला पहिल्याप्रथम कळली, तेव्हा तिला अपरंपार दुःख झालं होतं; पण कालगतीनं त्या दुःखाची धार बोथट होत चालली होती. कोणत्याही दुःखाचं मूळ जेव्हा माणसाच्या हाताबाहेर असतं, तेव्हा ते दुःख मनावेगळं करण्याशिवाय त्याला गत्यंतरच नसतं. आपला भरला संसार सोडून फ्रान्झ म्यूलर निघून गेले, या दुर्घटनेपुढे ती काय करू शकणार होती? संसारातील साथी निघून गेला होता आणि

यापुढील आपल्या आयुष्यात एकाकी वाटचाल करण्याशिवाय तिला दुसरं काय करता येण्याजोगं होतं? तिच्या घरातील दोन पिढ्यांची एका विशिष्ट वेडापायी हानी झाली होती. आता तिला अल्बर्टला जपायचं होतं. तिच्या कल्पनेप्रमाणे ती त्याला जपतही होती. तो योग्य मार्गानं चालला आहे याबद्दल तिला कसलीही शंका नव्हती.

आणि आपण अगदी योग्य मार्गानं जात आहोत याबद्दल स्वतः अल्बर्टलाही कसला संशय नव्हता. तो तरुण होता आणि तरुणांच्याच मार्गानं तो चालला होता. भारतीनं त्या घरात प्रवेश केल्यापासून तिच्याविषयी त्याला एक प्रकारचं आकर्षण निर्माण झालं होतं. एवढ्या दूर देशातून ती आली आहे, या आपल्या परकीय देशात येऊन सामाजिक कार्य करीत आहे, या तिच्या धैर्याबद्दल त्याला तिचं किती कौतुक वाटे. पण हळूहळू त्या कौतुकाचं स्वरूप बदलत गेलं आणि नजर चुकवून एखाद्या वाट चुकलेल्या शेळीनं एखाद्या फुललेल्या उद्यानात हळूच शिरावं तशी प्रेमाची भावना त्याच्या अंतःकरणात शिरली होती.

आपल्या अंतःकरणानं त्या भावनेचा ताबा केव्हा आणि कसा घेतला, हेही त्याला पुरतेपणी कळलं नव्हतं. पहिल्या दिवशी त्याची आई भारतीला घरात घ्यायला तयार होईना, तेव्हा त्याच्या मनात तिच्याविषयी भूतदया निर्माण झाली होती; आणि त्यानं आपल्या आईला तिला घरात घेण्याविषयी भाग पाडलं होतं. ती घरात येऊन राहू लागली ती पाहुणी म्हणून! ती घरात आल्यापासून अल्बर्टनं पाहुणचाराचा धर्म पुरेपूर पाळला होता. तिच्या सुखसोयीकडे त्यानं स्वतःहून लक्ष पुरवलं होतं. तिच्या कामात तिला मार्गदर्शन केलं होतं. तिच्या ओळखी करून दिल्या होत्या. आपल्या आईच्या भारतद्वेषाबद्दल त्यानं तिच्याशी खूप वेळा चर्चा केली होती. ती घरात आल्यापासून तिची वागणूक तो बारकाईनं बघत होता. तिचं बोलणं कान देऊन ऐकत होता. 'ही मोठी समजूतदार मुलगी आहे', एवढीच त्याची प्रथम तिच्याविषयी भावना होती. परकीय मुलीविषयी यापेक्षा त्याला दुसरं कसलंच कर्तव्य नव्हतं.

❖❖

आपल्या पतीला भेटण्यासाठी एर्ना भारतात गेली आणि साऱ्याच गोष्टी बदलल्या. अल्बर्टचा आणि भारतीचा सहवास थोडा अधिक घडू लागला. तरुणांच्या वागण्याची काय चमत्कारिक तऱ्हा असते पाहा! एकाच देशातील तरुण-तरुणींना एकत्र वावरायला जो स्वाभाविक संकोच वाटतो, तो परकीय देशातील तरुण-तरुणींना एकत्र वावरायला वाटत नाही. कदाचित् त्याचं कारण असं असेल की, परकीय मन परस्परांकडे एकदम आकर्षित होत नसावीत. त्यामुळे एरवी भारतात भारती एखाद्या भारतीय तरुणाच्या घरी जाऊन त्याच्या सान्निध्यात निर्धास्तपणे

वावरली नसती; परंतु या परकीय देशात अल्बर्टच्या घरी राहण्यात तिला कसलाही संकोच वाटला नाही. कारण जी वाट परकी आहे, अनोखी आहे, त्या वाटेनं जाण्याचा प्रसंग आपल्यावर कधीच येणार नाही, याविषयी तिची बालंबाल खात्री होती.

❖❖

परंतु त्या दिवशी रात्री तो प्रकार घडला होता. तो प्रकार खरोखरच घडला होता का तो केवळ भास होता, हेही तिला समजलं नाही. झालेला प्रकार जर खरा असेल तर मला वाईट वाटेल आणि केवळ भास असेल तर मला आनंद वाटेल, असं ती अनेक वेळा अल्बर्टला आवर्जून सांगत होती खरी; पण तिच्या मनाची प्रतिक्रिया नेमकी उलटी होती. तो प्रकार खरोखरच घडलेला आहे, असं जर तिला कळलं असतं तर तिला मनातून बरं वाटणार होतं. काय चमत्कारिक असतात ही तरुणांची मनं आणि त्यांची मानसिक आंदोलनं! जे हवं ते नको म्हणण्यात आणि जे नको ते हवं म्हणण्यात त्यांचा काय हेतू असतो कुणास ठाऊकं! म्हणूनच प्रेमिकांचे नकार हे होकार समजले जात असावेत.

भारतीच्या मनाची अवस्था अशा तऱ्हेनं चमत्कारिक झालेली होती. तिनं अल्बर्टला अधूनमधून विचारावं, ''काय रे, तुला काय वाटतं, तो सारा प्रकार खोटा होता का? ते स्वप्न होतं का? मला तर काहीच समजत नाही!''

यावर त्याचं उत्तर ठराविक असे, ''योग्य वेळी मी तुला सारं काही सांगेन.''

तो असं ठराविक उत्तर देत असे ही गोष्ट खरी, पण त्याच्याही मनाला एक प्रकारची अनामिक हुरहुर लागलेली होती. 'या गोड मुलीनं मला हा प्रश्न नेहमी का विचारावा... तिला नेमकं कोणतं उत्तर हवं आहे... त्यातून ती कोणता अर्थ काढणार आहे... तिच्या मनात आहे तरी काय?' या प्रश्नांनी त्याचं मन सतावलं होतं.

त्या घरात त्या दोन तरुण मनांची कुचंबणा चालली होती. दोन्ही तरुण मनं आपापल्या जागी राहून आपापल्या दृष्टीनं विचार करीत होती. दोन्ही तरुणांच्या अंतःकरणाला मदनाचा बाण लागला होता आणि त्यांच्या अंतःकरणाला जखम झालेली होती. त्या तरुण मनांना परस्परांशी बोलायचं होतं, शंका फेडून घ्यायच्या होत्या, परस्परांच्या जवळ जायचं होतं.

❖❖

परंतु एर्ना भारतातून परत आली आणि साऱ्या घरावर विषादाची छाया पसरली. भलतंच काही तरी घडलं होतं. फ्रान्झ म्यूलर यांनी संन्यासाश्रम स्वीकारल्यामुळे एर्नाचा संसार संपला होता. घरावर दुःखाची छाया पसरली होती. अशा स्थितीत सारं

सारं गप्प झालं. पण जागच्या जागी त्या तरुणांची मनं धुमसतच होती. परस्परांचं प्रेम जाणून घेण्यासाठी आतुर झाली होती. पण पुढचं पाऊल टाकणं शक्यच नव्हतं.

काळ पुढे सरकतच होता. कालांतरानं घरावर पसरलेलं विषादाचं धुकं विरून गेलं; आणि ती दोन तरुण मनं पुन्हा जागी झाली. प्रेमाच्या व्यवहारात अनिश्चित अवस्था दीर्घ काळ कधीच सहन होत नसते. प्रेमाची शहानिशा करून घेण्यासाठी तरुण प्रेमिक नेहमीच उत्सुक असतात.

एके दिवशी संध्याकाळी अल्बर्ट घरी आला आणि भारती तिच्या खोलीत एकटी आहे असं पाहून म्हणाला, ''मी तुला एक विनंती करणार आहे.''

तिनं त्याच्याकडे प्रश्नार्थक मुद्रेनं पाहिलं तेव्हा तो म्हणाला, ''शेजारच्याच खेड्यात आमच्या कंपनीनं एक काम काढलं आहे. चार दिवस तिथे माझा मुक्काम आहे. तू येतेस माझ्याबरोबर? तुला तिथे तुझंही काम करता येईल. तुला काय, आतापर्यंत या शहराची पाहाणी केलीस; आता तुला खेड्याची पाहणी करता येईल. मोठं निसर्गरम्य खेडं आहे. मजा येईल. येतेस?''

भारतीला आढेवेढे घेण्याचं काहीच कारण नव्हतं. तिला त्याचा सहवास हवाच होता. तिनं त्याच्या या बेताला लगेच संमती दिली. त्याला केवढा आनंद वाटला! त्यानं मनात जे योजलं होतं ते आता सत्यात उतरणार होतं.

मग तो म्हणाला, ''त्या खेड्याचं नाव काय आहे, माहीत आहे तुला?''

भारती म्हणाली, ''मला काय माहीत असणार?''

अल्बर्ट म्हणाला, ''नेकर-व्हॅलीमध्ये हैलबर्न या नावाचं गाव आहे. गाव आहे टेकडीवर. खालून नदी वाहते. निसर्ग अक्षरशः बोलतो. त्या ठिकाणी अनेक जोडपी 'हनीमून'ला जातात.''

भारती खुदकन् हसली आणि म्हणाली, ''मग आपल्याला कशाला जायचं आहे तिथे?''

तिच्या बोलण्यातला अभिप्राय अल्बर्टच्या ध्यानात आला. तोही हसत म्हणाला, ''या गावाचं नाव आम्ही काय ठेवलं आहे माहीत आहे? 'लीब डोर्फ'.''

भारती म्हणाली, ''हे कसलं विचित्र नाव?''

तो मनापासून हसला आणि म्हणाला, ''लीब डोर्फ म्हणजे प्रणयाचं खेडेगाव!''

तिनं गंभीरपणाचा आव आणून विचारलं, ''तिथे काय प्रणय पिकतो?''

''पिकणार आहे आता!''

अल्बर्टच्या बोलण्यावर ती हसली, पण तिनं तो विषय एकदम बदलला. त्याला ते बरं वाटलं नाही.

'लीब डोर्फ' येथे जाण्याचा बेत तो ठरवत असताना तिचं मन तपासून बघत होता. आपल्यावर प्रेम करणारी तरुणी आपल्याबरोबर एकटी प्रवासाला येत आहे,

ही भावना केवढी सुखद होती! पण तिच्या आजवरच्या बोलण्यावरून आणि तिनं ऐन बोलण्याच्या ओघात आता एकदम जो विषय बदलला, त्यावरून तिच्या मनाचा थांग त्याला लागत नव्हता. प्रेमात सापडलेल्या तरुणांची मनं किती नाजूक झालेली असतात! त्यांच्या मनाला प्रेमाची खात्री हवी असते. प्रेमाच्या बाबतीतील अनिश्चित किंवा अर्धवट परिस्थिती त्यांच्या मनाला असह्य होते आणि म्हणून प्रेमाची शहानिशा करून घेण्यास ते उत्सुक असतात.

भारतीनं काही दिवसांपूर्वी अनुभवलं ते सत्य होतं, की तो केवळ भास होता, या गोष्टीची शहानिशा करून घेण्याची उत्कंठा भारतीला लागली होती.. तिनं अल्बर्टला त्याबद्दल प्रश्न विचारले होते. तेव्हापासून अल्बर्टचं अंतःकरणही विद्ध झालं होतं.

तरुणांच्या मनाला जे हवं असतं, त्याची कबुली देऊन हे तरुण मोकळे का होत नाहीत? जे हवं असतं त्याची उघड रीतीनं कबुली देण्यात त्यांना एवढा संकोच का वाटतो? कमीपणा का वाटतो?

'लीब डोर्फ' येथे गेल्यावरही त्या दोघांच्या मनाची हीच अनिश्चित अवस्था होती.

नेकर-स्टैनाचपर्यंत त्यांनी एक छोटी मोटरबोट भाड्यानं घेतली. नेकर नदीच्या स्वच्छ जलाशयात शेजारी बसून प्रवास करताना त्या दोघांचंही मन फुलून गेलं होतं. आपलं तारुण्य उफाळून येत आहे आणि त्या उफाळणाऱ्या तारुण्याला यथायोग्य सादही मिळत आहे, असं दोघांनाही वाटत होतं. त्या दिवशी रात्री तिला जो गोड अनुभव आला तो भास होता, असं धरलं तर एवढ्या जवळजवळ खेटून बसण्याचा हा त्यांच्या आयुष्यातील पहिलाच प्रसंग होता. जणू 'लीब डोर्फ'ला जे घडणार होतं त्याचीच ही नांदी होती. चुकून स्पर्श झाला, तर तो दोघांनाही हवाहवासा वाटत होता आणि मधूनच वाऱ्याची झुळूक आली, तर अंग शहारल्याप्रमाणे करून ते परस्परांना निःसंकोचपणानं खेटूनही बसत होते. मग बराच वेळ त्यांच्यातील अंतर वाढत नसे. मनानं मनाला यापूर्वीच साद दिली होती. आता शरीर शरीराला साद देत होतं.

त्या दिवशी पौर्णिमा होती; आणि त्यांची बोट चालू असताना शांत जलाशयात चांदी वितळून जात असल्याचा भास होत होता. सारं वातावरण शांत होतं. पण पाणी कापत जाताना मोटरचा आवाज जणू त्या शांत वातावरणाला कापत चालला आहे, असं वाटत होतं. साऱ्या आसमंतावर चंदेरी बरसात होत होती. फरच्या वृक्षांची पानं चकाकत होती. ती जणू चांदण्या चमचम करीत असल्याचा भास निर्माण करीत होती; पण पौर्णिमेच्या दिवशी ही चमचम कुठली दिसायला? परंतु त्या दोघांचं या चंदेरी निसर्गाकडे लक्ष तरी कुठे होतं? मग त्या निसर्गाकडे बघून त्यांना कसला तरी भास होण्याची गोष्ट दूर होती. दोघांचं प्रेमविश्व निर्माण झालं होतं. त्या विश्वात अन्य कोणत्याही गोष्टीला स्थान उरलं नव्हतं.

नेकर-स्टैनाचपासून हैलबर्नपर्यंत त्यांना मोठ्या बोटीतून प्रवास करावा लागला. हैलबर्नपर्यंत नदीचं पाणी खोल होत गेलं होतं. मोठ्या बोटीतून प्रवास करताना त्या दोघांचं बंदिस्त विश्व मागे पडलं होतं आणि दोघांच्या विश्वातून अनेकांचं विश्व निर्माण झालं होतं. त्याही प्रवासात परस्परांवर अनुरक्त असलेली अनेक जोडपी होती. जणू ती मोठी बोट प्रेमाचं एखादं साम्राज्यच एखाद्या सौंदर्यशाली बेटावर मधुचंद्रासाठी घेऊन चालली होती.

ते दिवस सुगीचे होते. पुरुषभर उंचीची पिकं शेतात डोलत होती. मधूनच फर, बीच, विनोग्राड ही उंच व शेलाटी आणि गोल व खुजी झाडं डोकावत होती. गाव जसजसं जवळ येऊ लागलं, तसतशी त्या पिकांच्या पलीकडे असलेली काही घरं दिसू लागली. ती घरं उतरती आणि कौलारू होती. एखादं धुराडं वर हवेत उंच मान करून दिसत होतं. लहान मुलांनी मोठ्या माणसांची उंच टोपी घालावी, असा भास ती उंच घरं पाहून होत होता. गावात जाण्यासाठी शेतांच्या अरुंद पायवाटांवरून जावं लागत होतं. त्यामुळे चालताना त्या दोघांच्यातील अंतर कमी होत होतं. काही वेळा तर पायवाट अतिशय अरुंद असली म्हणजे त्यांना खेटूनच चालावं लागलं. अशा अरुंद मार्गावरून चालताना भारती त्याला खेटून चालू लागली तेव्हा अल्बर्टनं तिच्या बोटात आपली बोटं अभावितपणानं गुंतवली; पण तिनं त्याच्या हातातून आपला हात सोडवून घेतला आणि ती थोडी दुरून चालू लागली. अल्बर्टला ते मुळीच आवडलं नाही. प्रवासात ती त्याच्याशी सलगीनं वागली होती; मग आताच ती परकेपणानं का वागत होती? तिचं परकेपणाच वागणं त्याला जाणवलं. तो कष्टी झाला.

परंतु संध्याकाळी मात्र त्याचा कष्टीपणा कुठल्या कुठे पळाला. आपलं काम आटोपून तो आपल्या छोटेखानी बंगल्यावर परत आला, तेव्हा चांगलीच संध्याकाळ झाली होती. सूर्य केव्हा मावळला, हेही त्याला कळलं नाही. दिवसभर तो इतका कामात गढून गेला होता की, आपल्याबरोबर एक तरुण मुलगी या गावात आली असून, तिच्या प्रेमात आपण सापडलो आहोत, या गोष्टीची त्याला धड आठवणही झाली नाही.

हैलबर्न येथे अल्बर्टच्या कामाचं स्वरूप मोठं मजेदार होतं. त्याच्या क्रप कंपनीचा मालक आल्फ्रेड क्रप ही मोठी गुंतागुंतीचं व्यक्तित्व असलेली असामी होती. युद्धसाहित्याचं प्रचंड उत्पादन करणाऱ्या 'क्रप' कारखान्याचा तो सध्याचा मालक होता. लुटमार, पिळवणूक, गुलाममजुरांचा दुरुपयोग इत्यादी आरोपांखाली त्याला १९४५ मध्ये बारा वर्षांची शिक्षा झाली होती. त्यांची प्रचंड मालमत्ताही जप्त करण्यात आली होती. त्याचा हा खटला जगभर गाजला होता. परंतु त्यानं भोगलेली शिक्षा पुरेशी मानून, १९५१ च्या प्रारंभी त्याची सुटका करण्यात आली होती.

त्यानंतर दोनच वर्षांनी आल्फ्रेड क्रुपनं पश्चिम सत्तागटाशी करार केला होता. या करारानुसार तो पुन्हा एकशेचाळीस लक्ष डॉलर्स मालमत्तेचा धनी झाला होता. या एवढ्या अमाप दौलतीचं काय करायचं, हा त्याच्यासमोर प्रश्न होता. युद्ध चालू होतं तोपर्यंत युद्धसाहित्याचा कारखाना रात्रंदिवस सुरू होता. या कारखान्यात माणसं मारण्याची शस्त्रास्त्रं तयार होत होती; पण आता युद्ध संपलं होतं. लक्षावधी माणसांचा संहार झाला होता. मानवी संहार करकरून ही हिंसक शस्त्रं थकली होती. शस्त्रास्त्रांच्या कारखान्यात यंत्रांवर काम करण्यासाठी हात शिल्लक उरले नव्हते. मानवताच मृत्युमुखी पडली होती. मग क्रुपच्या कारखान्यांना कामच काय उरलं होतं?

क्रुपचे वडील वारले होते. स्वतः आल्फ्रेड क्रुप याचंही मन आता युद्धोपयोगी कारखान्यातून बाहेर पडलं होतं. भला मोठा मानवी संहार त्यानं डोळ्यानं देखला होता. दिवसेंदिवस आल्फ्रेड अंतर्मुख बनत चालला होता. अलीकडे स्वारीला जलपर्यटन करण्याचा किंवा बर्फावरून घसरत जाण्याचा बराच नाद लागला होता. नटनट्यांच्या सहवासातही त्याची कालक्रमणा चालली होती. एका चित्रपटाचंही काम त्यानं हाती घेतलं होतं. देखावे चित्रित करण्यासाठी काही निसर्गरम्य स्थळं त्याला हवी होती. हैलबर्न येथे अशी सौंदर्यशाली स्थळं आहेत, हे स्वारीला ऐकून माहीत होतं. त्या कामगिरीवर त्यानं अल्बर्टची रवानगी केली होती.

हैलबर्न येथे आल्यावर अल्बर्टला बरीच निसर्गरम्य ठिकाणं बघायची होती. पंधरा दिवस तरी त्याला त्या भागात राहावं लागणार होतं. दिवसभर तो एकटाच हिंडत राही. भारतीपासून त्याला क्षणभरही दूर जाऊ नये असं वाटे. तिच्या सहवासाची ओढ वाढत होती.

पण आपलं काम संपवून तो घरी परतला म्हणजे त्याच्या अंतःकरणात अननुभूत आनंद दाटून येई. कारण घरी भारतीचा मनमुराद सहवास आपल्याला मिळणार आहे, याचं सुख त्याला वाटू लागे. त्या तिच्या सहवासात कोणकोणते गडद रंग मिसळणार आहेत, याचा अंदाज तो मनाशी बांधत राही.

परंतु आज सकाळी भारतीनं दर्शविलेली तुटक वृत्ती त्याला जाचक वाटत होती. आजच सकाळी तिनं त्याच्या हातातून आपला हात सोडवून घेतला होता आणि ती थोडी दुरून चालू लागली होती. अल्बर्टला हे मुळीच आवडलं नव्हतं. आपला सहवास नको असलेल्या तरुणीच्या अधिक सान्निध्यात राहून काय साधणार होतं? त्यापेक्षा आपलं काम आटोपून घर गाठणं काय वाईट, असंही त्याच्या मनात येत होतं.

अशा द्विधा मनःस्थितीत तो बंगल्यावर आला तेव्हा भारती त्याच्या स्वागतार्थ बाहेरच्या व्हरांड्यातच उभी होती. तिनं हसून त्याचं स्वागत केलं. ती आपली वाट

बघत असली पाहिजे, असंही त्याला वाटलं. त्याला आनंद झाला आणि त्याच्या मनातले उदासवाणे विचार कुठल्या कुठे पळाले.

त्यांना राहण्यासाठी चार खोल्यांचा कौलारू बंगला मिळाला होता. त्या बंगल्याला तीन बाजूंनी व्हरांडा होता. भलं मोठं स्वयंपाकघर मागच्या बाजूला होतं; आणि त्या स्वयंपाकघराच्या लांबीत समोरच्या बाजूला तीन छोट्या खोल्या काढल्या होत्या. त्या खोल्यांसमोर आणि उरलेल्या दोन्ही अंगांनी व्हरांडा होता.

अल्बर्टला बघितल्याबरोबर भारतीनं त्याचं सुहास्य स्वागत केलं; आणि ती आत स्वयंपाकघरात पळाली. आपल्या अंगावरील कपडे तसेच ठेवून तोही तिच्या पाठोपाठ स्वयंपाकघरात गेला. त्याच वेळी भारती स्वयंपाकघरातून मधल्या खोलीत येत होती. खोलीच्या दारातच ते समोरासमोर उभे राहिले. त्यांची दृष्टादृष्ट झाली.

किती सुरेख दिसत होती त्या वेळी भारती! डाळिंबी रंगाचं अगदी साधं पातळ ती नेसली होती; आणि त्याच रंगाचं प्रतिबिंब जणू तिच्या कपोलांवर पडलं होतं. तिच्या भिवया किंचित रेखलेल्या वाटत होत्या आणि तिचे नेत्र हरणासारखे दिसत होते. किती विलक्षण मादकता होती तिच्या नेत्रात! तिच्या वरच्या ओठावर एक बारीकसा तीळ होता. तिचा ताम्रवर्णी केशकलाप कानावरून जरा अधिक खालपर्यंत उतरलेला दिसत होता. तिच्या मस्तकावरीत कुरळे कुंतल दाटीवाटी करून बसलेल्या भृंगवृंदाप्रमाणे दिसत होते. त्यातील काही खट्याळ भुंगे तिच्या विशाल भालप्रदेशावर उतरून जणू तिच्या नेत्रात त्यांना त्यांचंच प्रतिबिंब दिसलं असावं.

भारतीचं हे अनुपम सौंदर्य एवढ्या जवळून बघितल्यावर अल्बर्ट भांबावून गेला. त्याच्या नीलवर्ण नेत्रात प्रीतीची मादकता जाणवत होती. त्याचे आसुसलेले नेत्र भारतीच्या सौंदर्याचे भरभरून रसपान करीत होते. तो तिला निरखून पाहत होता. आणि एकेक पावलानं पुढे पुढे सरकत होता. एकदम त्याची दृष्टी तिच्या ओठांवर स्थिर झाली. तिच्या ओठावरचा तीळ बघून तो मनाशी म्हणाला, 'अरेच्चा! हा तीळ आजपर्यंत आपल्याला दिसला कसा नाही?' त्याच वेळी का कुणास ठाऊक, पण भारती खुदकन् हसली. त्याला कुंदाच्या कळ्यांचं दर्शन घडलं.

मग मात्र त्याचं भान हरपलं. त्याच्या मनावरचा ताबा पार उडाला. प्रीतीच्या मंत्रानं भारावून जाऊन त्यानं आपलं पाऊल उचललं; आणि तो पुढे सरकला. पण तेवढ्यात भारतीनं त्याच्याकडे पाठ केली आणि ती पुन्हा स्वयंपाकघराकडे धावत गेली.

घडणार तरी काय होतं?

तिच्या पाठमोऱ्या आकृतीकडे बघत तो म्हणाला, 'मी किती मूर्ख! मी तिला अडवलं का नाही? तिला बाहुपाशात कवटाळून का धरलं नाही? तिची पटापट चुंबनं का घेतली नाहीत?'

आणि मग तो स्वयंपाकघरात गेला आणि तिच्याजवळ जाऊन उभा राहिला. परस्परांवर अनुरक्त असलेले, पण त्या गोष्टीची पुरती खात्री न पटलेले दोन प्रेमिक जवळ जवळ उभे होते. प्रेमपटलावरील मोहाचं प्यादं पुढे सरकण्यासाठी आतुर झालं होतं.

भारतीलाही हे सारं जाणवत होतं. भीती आणि प्रीती यांचा संगम तिच्या ठायी झाला होता. किंचित् तिरपी मान करून तिनं वेध घेतला. तिच्या या तिरप्या कटाक्षानं तर तो पार हरखून गेला. तो आणखी पुढे सरकला.

आता काय करावं हेच अल्बर्टला समजेना.

त्यानं हळूच हाक मारली, "भारती!"

त्याचा कंठ ओलावला होता. त्याच्या घोगऱ्या आवाजात प्रीतीची नशा पुरेपूर भरली होती. त्याच्याकडे न बघता भारतीनं भेदरून विचारलं, "तुला काय पाहिजे आहे?"

यावर अल्बर्ट म्हणाला, "छे: छे:! काही नको! कुठे काय?"

आणि त्यानं पाठीमागून तिच्या गळ्यात एकदम हात अडकवले- तिच्या ध्यानीमनी नसताना!

तिनं त्याचे हात घाबऱ्या घाबऱ्या झटकून टाकले आणि ती काकुळतीनं म्हणाली, "तू असं करू नकोस रे! छे: छे:! मुळीच नको. हे काय भलतंच?...पण रागावू नकोस हं!"

हे म्हणताना तिचा स्वर कापरा झाला होता. ती आता लवकरच रडायला लागणार असं वाटू लागलं.

त्यानं पुन्हा हळूच हाक मारली, "भारती...!"

ती एकदम ओट्याला रेलून उभी राहिली. त्याच्याकडे भेदरलेल्या नजरेनं बघत म्हणाली, "अल्बर्ट, पाहिलंस? मी तुझ्यासाठी काय बनवलंय् ते?"

अल्बर्टनं उत्तर दिलं नाही. तो फक्त तिला धुंदपणे निरखत होता. त्याला फक्त तिचं सौंदर्य जाणवत होतं. फक्त भारती दिसत होती. तिचा प्रश्न त्याच्या डोक्यात शिरलाच नव्हता. त्याच्या या नजरेनं भारती पुरती भेदरली. पण विषय बदलण्याकरिता त्याची नजर चुकवत ती पाठमोरी झाली आणि पुढच्या पॅनमधलं पोटॅटो-पॅटिस तिनं काढलं. त्याला ते दाखवत म्हणाली, "अल्बर्ट, हे पहा, मी आज तुझ्या आवडीचं बटाट्याचं पॅटिस केलंय!"

इतक्यात अल्बर्टनं पाठीमागून तिला आपल्या बाहुपाशात जखडून घेतलं आणि तो म्हणाला, "भारती, तू मला आवडतेस. फार फार आवडतेस.. .बटाट्याचं पॅटिस तू खा...आज मी तुला खाणार..."

त्याच्या अधरांचा स्पर्श तिच्या गोऱ्या गोऱ्या मानेला जाणवत होता. क्षणभर

भारती त्या स्पर्शानं हरखली, लाजली. तिच्या गालावर रक्तिमा पसरला. दुसऱ्याच क्षणी ती भेदरून म्हणाली, "अल्बर्ट, प्लीज सोड मला. हा काय तुझा भलता हट्ट? असं करू नकोस रे! प्लीज..."

अल्बर्टनं तिला आपल्या विळख्यातून एकदम दूर केलं. तो काहीच बोलला नाही. निमूटपणे कष्टी चेहरा करून धीमी पावलं टाकत तो मागे वळला. त्याच वेळी तेही वागणं तिला असह्य झालं. ती धावत त्याच्याजवळ गेली. फक्त एवढंच म्हणाली, "अल्बर्ट!"

तिच्या स्वरात कापरेपणा होता.

अल्बर्टनं नुसतं पाहिलं. आपली नजर पुन्हा तिच्याकडे वळवली. तिनं त्याला कातर स्वरात विचारलं, "अल्बर्ट, माझ्यावर रागावलास?"

तिच्या त्या कातर स्वरानं अल्बर्ट विरघळला. म्हणाला, "छे:! छे:! मी तुझ्यावर कशाला रागावेन? उलट मलाच भीती वाटली, तूच रागावलीस की काय?"

असं म्हणून त्यानं मंदस्मित केलं.

भारती चटकन् म्हणाली, "अल्बर्ट, मी तुझ्या भावना जाणते रे. पण तू मला समजून घे.. .समजून घे..."

असं बोलताना तिचा स्वर खरोखरच रडवेला झाला. फक्त बांध फुटून पाणीच ओसंडायचं बाकी राहिलं होतं!

तिच्या बोलण्यानं तो थोडासा नाराज झाला होता. पण 'अल्बर्ट, मी तुझ्या भावना जाणते रे, मला समजून घे...' या तिच्या शब्दांनी तिच्या हृदयात प्रीतीचे तरंग उठले असल्याची साक्ष त्याला मिळाली आणि त्याच्या आशेची पालवी जास्तच मुलायम झाली.

आपल्या भावना ही जाणते तर!

त्याला बरं वाटलं. त्यानं भारतीकडे पाहिलं. जणू आपल्या नजरेनं तिला गोंजारत तो म्हणाला, "भारती, तू माझीच आहेस. मग आपल्या माणसाच्या भावना आपण समजून घ्यायच्या नाहीत, तर कुणी?"

त्याच्या नजरेत फक्त निर्मल प्रीती होती.

त्याच्या त्या नजरेनं तिला केवढा धीर आला. तिनं टेबलावर खाद्य पदार्थ मांडायला सुरवात केली. सर्व पदार्थ मांडून झाले. अल्बर्ट एकेका पदार्थाची बशी उचलून पाहत होता. त्याला त्याच्या आवडीचं टोमॅटो सूप दिसलं! तो एकदम ओरडला, "ओ, टोमॅटो सूप? भारती, तू किती चांगली आहेस! अगदी मनकवडी आहेस!"

त्याच्या त्या बोलण्यानं भारती सुखावली. तिच्या मनातलं मळभ निघून गेलं. उरली होती स्वच्छ चांदणी रात...ती खुशीत आली. टेबलाजवळ खुर्ची ओढून ती

बसली. अल्बर्टही तिच्या समोरच्या खुर्चीवर बसला. भारतीचा पाय नकळत अल्बर्टला लागला. अल्बर्ट मिस्कीलपणानं भारतीकडे पाहिलं. त्याच्या नजरेत प्रश्न होता, 'आता कोण?'

भारती एकदम लाजली. ओठांचा चंबू करून म्हणाली, "सॉरी!"

अल्बर्टला मोठी गंमत वाटली. मघाशी घडलेल्या घटनांचा विषाद पार मनावेगळा झाला.

❖❖

अल्बर्टची दृष्टी खिडकीबाहेर लागली होती. तावदानातून बाहेर दूरवरचा प्रदेश दिसत होता. चंद्र नुकताच उगवला होता आणि सारा आसमंत कोवळ्या चंद्रकिरणांनी न्हाऊन निघत होता.

खिडकीबाहेर बोट दर्शवून अल्बर्ट तिला म्हणाला, "ते बघ, ते उंच झाड आहे ना, त्याच्या पलीकडे एक मत्स्याकृती तळं आहे. त्या तळ्यात रंगीबेगी मासे आहेत. तळ्याभोवती मत्स्याकृती झाडं उभी आहेत. सभोवतीदेखील मत्स्याकृती नक्षीनं सारी फरशी मढवलेली आहे. मोठा सुरेख 'शूटिंग स्पॉट' आहे. एक-दोन दिवसांत बघायला जायचं आहे ते तळं!"

तो थांबला आणि खिडकीबाहेरची दृष्टी तिच्यावर खिळवून म्हणाला, "तू येशील बरोबर?"

ती हसून म्हणाली, "येईन की! का तुला मी येणार नाही असं वाटलं?"

अल्बर्ट म्हणाला, "तसं नव्हे गं! पण..."

लाडिकपणे भारती म्हणाली, "मग कसं रे!"

तिचा तो आविर्भाव पाहून अल्बर्टही सुखावला. पुढे झेप घेऊन म्हणाला, "गाल कुस्करून सांगू कसं ते?"

भारती गाल फुगवत म्हणाली, "ए, असं काही करायचं असेल, तर मी नाही येणार हं!"

"बरं बुवा, राहिलं आमचं! आम्ही काही करणार नाही. संन्याशासारखं बसून राहू, मग तर झालं?"

अल्बर्टच्या या बोलण्यावर भारतीनं मंद स्मित केलं. मनात म्हणाली, 'याला रुसता पण छान येतं हो!'

त्याचा रुसवा काढण्यासाठी ती म्हणाली, "आपण ना ते माशाचं तळं बघू; पण आज तुझ्या आवडीचं हे टोमॅटोसूप बनवलंय आणि हे पोटॅटो पॅटिस आणि हे फ्राय केलेले मासे! हे सर्व आधी खाऊन तर पाहा. अरे, आम्ही भारतात आमच्या घरी असले पदार्थ नेहमी बनवतो. आमच्या भागात तर माशांना कधी तोटा म्हणून

नसतो!''

आता भारती बोलत होती; तोच बोलत नव्हता. भारतीचं वागणं तुटक वाटत होतं. बोलत मात्र होती मिठ्ठास. अगदी तोंडात विरघळणाऱ्या खडीसाखरेसारखी! बोलताना ती मध्येच हसतही होती; पण अल्बर्ट नाराज होऊन बसला होता. त्याला जे हवं होतं ते मिळत नव्हतं! त्यामुळे तो थोडा अस्वस्थ झाला होता, बावरला होता.

भारती त्याच्या समोरच बसली होती. तिच्या पायाचा स्पर्श त्याला मधून मधून होत होता. त्यामुळे अल्बर्ट जास्त जास्तच अस्वस्थ होत होता. भारतीच्या स्पर्शानं त्याचं मन वितळत होतं. समोर मधाचं मोहोळ लटकलं असता मुंग्यांना कधी स्वस्थ बसवेल का? तसंच झालं अल्बर्टचं! त्यानं एकदा तिच्याकडे पाहिलं. तिनंही सहज त्याच्याकडे पाहिलं. त्या अनाहूत नजरभेटीनं अल्बर्टच्या मनात विलक्षण खळबळ माजली. त्याच्या मनात जणू द्वंद्व चालू होतं. त्याचं एक मन सांगत होतं, 'अरे, अजूनही या मोहापासून दूर हो! या मोहाच्या भोवऱ्यात सापडशील आणि घात होईल!' पण दुसरं मन बावचळून म्हणत होतं, 'हत् वेड्या! तू खरोखरीच मूर्ख आहेस! अरे, तरुणांनी समोर चालून आलेला मोहाचा प्याला ओठांना लावायचा नाही, तर काय वृद्धांनी? अरे किती सुंदर संधी चालून आली आहे; ती दवडून चालून आलेलं सुख लाथाडू नकोसा!'

आणि या द्वंद्वात तरुण मनाचा आवाज घोंघावणाऱ्या वादळासारखा फोफावतच गेला. तितक्यात भारती उठली. ''पाहा ना, चमचे घ्यायला मी विसरूनच गेले.'' तेवढ्या गडबडीत तिचा पदर ढळला आणि अल्बर्टच्या तरुण मनाला ते आव्हानच मिळालं. तो भारल्यासारखा ताडकन् उठला आणि तिच्या शेजारी जाऊन बसला

बसल्या जागेवरून तिला जवळ ओढत तो म्हणाला, ''भारती, तू मला खूप आवडतेस...खूप आवडतेस.... केवढी सांगू?''

असं म्हणत त्यानं तिचं तोंड झटकन् आपल्याकडे फिरवलं. आपल्या डाव्या हातानं तिच्याभोवतीचा विळखा घट्ट केला. त्याच्या मिठीतून सोडवून घेण्याचा तिनं प्रयत्न केला. पण त्याची मगरमिठी ती कोमलांगी सोडवू शकली नाही. फक्त तोंडानं पुटपुटत राहिली, ''नको रे...नको रे...'' डाव्या कुशीत विसावलेली त्याची बोटं पुढे पुढे सरकत होती आणि नको त्या ठिकाणी रुतली जात होती. अल्बर्टनं तिला आणखीन जवळ ओढलं. तो म्हणाला, ''आता मी तुझं काही ऐकणार नाही बघ!'' पटकन् त्यानं तिची हनुवटी वर उचलली. तोडानं पुटपुटला, ''माय स्वीट डार्लिंग!'' आणि वेड्यासारखी तिची पटापट चुंबनं घेत सुटला. भारतीला क्षणाचीही उसंत त्यानं घेऊ दिली नाही. तिनं दूर सरकण्याचा प्रयत्न केला, पण तो निष्फळ ठरला. त्याच्या त्या दीर्घ चुंबनांनी ती अक्षरशः गुदमरून गेली. सहन न होऊन तिनं तोडातून 'ईऽऽ' असा दीर्घ चीत्कार काढला. त्यानं मुलायमपणे विचारलं, ''काय झालं?''

तिनं एकदम त्याच्याकडे पाहिलं. त्याच्या नजरेत एक समाधान दिसलं. दुसऱ्याच क्षणी मिस्कीलपणा तरळताना पाहिला. तिन लाडिकपणानं म्हटलं, "हे रे काय असं!"

तो पटकन् म्हणाला, "असं म्हणजे बस?"

त्याच्या प्रश्नानं ती लाजली आणि "आम्ही नाही जा!" म्हणत त्याच्या कुशीत विसावली. त्याची पकड आणखीनच घट्ट झाली. त्यानं आपलं तोंड तिच्या कानापाशी नेलं आणि तो हळूच कुजबुजला, "भारती, आठवते तुला ती संध्याकाळ?"

त्याच्या त्या प्रश्नानं जाग आल्याप्रमाणे करून भारती म्हणाली, "अल्बर्ट, सोड ना रे? असं काय करतोस? तू असा काही वागू नकोस बाबा!"

तो तिला विचारीत होता, "भारती, अगदी खरं खरं सांग हं. असं काही तुला आवडत नाही?"

त्याच्या त्या प्रश्नानं ती गोंधळली. बावरली. ती म्हणाली, "ए, तू मला समजून का घेत नाहीस? माझा मायदेश सोडून मी इथे आले ते तुम्हा सर्वांच्या विश्वासावर! आणि तू हे काय करतोस? अरे, असं वागताना माझ्या मनाचा विचार केला आहेस का? अल्बर्ट, मी भारतीय आहे. कौमार्यवस्थेत असं काही करणं म्हणजे पाप वाटतं आम्हाला! आम्हा कुमारिकांना जे मोलाचं धन वाटतं, ते तू खुशाल लुटतोस, प्रेमाच्या नावाखाली? अरे, आम्ही भारतीय तरुणी प्रेम करतो. पण मनानं; फक्त शरीरानं नाही काही!"

त्यानं तिला आपल्या मिठीतून जड अंतःकरणानं दूर केलं आणि तो म्हणाला, "तुम्हा भारतीय तरुणींच्या प्रेमाचं तत्त्वज्ञान मला नको सांगूस! तुमच्या भारतीय तरुणी माझ्या चांगल्या परिचयाच्या आहेत. मी तुमचं संस्कृत वाङ्मय खूप वाचलं आहे. त्या वाङ्मयातील भारतीय स्त्रियांचा आदर्शही मी पाहिला आहे. तुमची कुंती मला ठाऊक आहे. शकुंतलाही मला माहीत आहे. आणि आमची व्हर्जिन मेरीही तुला चांगलीच ठाऊक असेल! अगं, जगात कुठेही जा. प्रेमाची समीकरणं तुला सगळीकडे सारखीच दिसतील! उगीच आम्ही भारतीय तरुणी म्हणून आढेवेढे नको घेऊस! सांग बरं, शकुंतलेनं प्रेम केलं होतं की नाही? उषेनं अनिरुद्धवर...गौरीनं शिवावर....सीतेनं रामावर..."

"हो...हो...हो..." त्याला मध्येच अडवीत भारती म्हणाली, "अरे, मला किती नामावळ्या सांगणार आहेस? पण या साऱ्या स्त्रियांनी आपल्या प्रियकराला आपलं मन दिलं होतं आणि मग आपली तनुलता!"

"म्हणजे? तू मला तुझं मन दिलेलंच नव्हतं तर!"

त्यानं एक दीर्घ निःश्वास सोडला. त्याच्या निःश्वासातील नाराजी तिला जाणवली. भारती क्षणभर गोंधळली. आपलं काही तरी चुकलं खास, एवढं तिला जाणवलं.

तिचं मन तिच्याच विरुद्ध बंड करून उठलं. म्हणालं, खरंच सांग भारती, तू आपलं मन अल्बर्टला दिलं नाहीस? तू त्याच्या प्रेमात सापडली नाहीस? तुला अल्बर्ट हवाहवासा वाटत नाही? मग का नाकारतेस आपलं प्रेम? विचार आपल्या मनाला!

तिला तिचं प्रेम नाकारता येईना. मनातून तिला तो खूप खूप हवाहवासा वाटत होता. पण तिचा भित्रा स्वभाव तिला दूर दूर खेचत होता. आतासुद्धा अल्बर्टची नाराजी पाहून तिला वाटलं, असंच धावत जावं आणि अल्बर्टच्या गळ्यात हात टाकून म्हणावं, 'अरे, माझ्या मनाची चोरी करून केव्हाच निघून गेलास आणि उलट मलाच विचारतोस?' पण तिच्या देशाची नीतिबंधनं तिला तसं वागू देत नव्हती. ती त्याच्यावर प्रेम करत होती. इतकंच नव्हे, तर त्याच्यावर ती पुरेपूर अनुरक्त झाली होती. पण तिला त्याच्या प्रेमाचं आश्वासन हवं होतं. दोघांच्या शरीरातील दूरत्व नाहीसं होण्यापूर्वी मनातलं दूरत्व विरून गेलं आहे, याची खात्री तिला हवी होती. ती हसत हसत म्हणाली, "पण मी माझं मन तुला दिलं किंवा नाही, याचा स्पष्ट कबुलीजबाब कधी दिला होता?"

तिच्या मनातल्या क्षणभराच्या बंडानं ती काहीशी मिस्कील झाली होती. तिचा तो मिस्कीलपणा पाहून अल्बर्ट खुषीत आला. 'फुलाचा सुगंध हळुवारपणेच घेतला पाहिजे' असं मनाशी पुटपुत तो एकदम हसला. त्याच्या मनातले शंकेचे सर्व ढग नाहीसे झाले होते. तो हसत म्हणाला, "कबुलीजबाब? अगं प्रेमाचे व्यवहार गणितासारखे थोडेच असतात? गणित सोडवताना त्याची एकही पायरी चुकता कामा नये! नाही तर गणित चुकतं. पण इथे या प्रेमाच्या गणितात एखादी पायरी चुकली तरी चालते. उलट एखादी पायरी चुकली, तर आपण उत्तराच्या अधिक जवळ येतो."

भारती त्याच्याकडे कौतुकानं पाहत राहिली. 'किती सुरेख बोलतो आहे हा!' हा भाव तिच्या नजरेत ओतप्रोत भरला होता.

त्यानं झटकन् तिचा हात आपल्या हातात घेतला आणि आपल्या छातीपाशी नेत तो म्हणाला, "भारती, तू तुझ्या मनाची स्पष्ट ग्वाही दिली नाहीस म्हणून मला तुझं प्रेम कळलंच नाही असं समजतेस?"

तिच्या हातांच्या तळव्यावर आपले मृदू अधर फिरवत तो म्हणाला, "हा तुझा स्पर्श मला तुझ्या मनातील गुपित सांगतो. हे तुझे टपोरे डोळे माझ्याशी किती तरी बोलतात...कधी कधी चोरून खिडकीच्या तिरप्या दाराआडून...होय की नाही?"

मग भारती खरोखरच लाजली. त्याची नजर हळूहळू घसरत तिच्या अधरावर स्थिरावली त्याच्या नजरेनं तिचे अधर कंपित झाले. तितक्यात तो म्हणाला, "पहा पहा तुझे हे ओठ मला तुझ्या प्रेमाच्या गुजगोष्टी सांगताहेत. भारती, या साऱ्या गोष्टी

प्रत्यक्ष बोलून सांगतात का कुणी? मग त्यात कसलं राहिलं आहे स्वारस्य? मग ती कसली आली आहे प्रीती? एकदा अंतःकरणानं अंतःकरणाला स्पर्श केला म्हणजे शब्द मुके बनतात व मुके शब्द अंतःकरणाला जागं करतात आणि प्रेमाची एक बोलकी भाषा सुरू होते.''

भारती लाजून म्हणाली, ''हं, हं! पुरे झालं काव्य!''

तिच्या या बोलण्यावर तो हसून म्हणाला, ''अगं, प्रेमात पडलेला प्रत्येक माणूस नाही तरी कवी बनतोच!''

❖❖

त्या रात्री अल्बर्ट प्रेमाच्या धुंदीतच वावरत होता. त्याला भारतीच्या प्रेमाची साक्ष पटली होती. तिचं मन कळलं होतं. अंतःकरणाला अंतःकरण मिळालं होतं. मनाला मनाची भाषा समजली होती.

तरुण-तरुणीच्या प्रेमाच्या प्राथमिक अवस्थेत एक प्रकारचं मनाचं पावित्र्य असतं. परंतु जेव्हा मनाची खूणगाठ मनाला पटते तेव्हा त्या प्रेमाचं स्वरूप केवळ मानसिक राहत नाही. मनाचा ताबा मिळाल्यानंतर प्रेमिकांना शरीराचा ताबा हवा असतो. अशा वेळी प्राथमिक अवस्थेत त्या प्रेमात असलेली दैवी वृत्ती नाहीशी होते आणि प्रेमिकांच्या मनात पशुवृत्ती जागृत होते.

त्या रात्री नेमकं तेच घडलं होतं. अल्बर्टचं काम संपत आलं होतं. मत्स्याकृती तळ्याचा 'शूटिंग स्पॉट' बघण्यासाठी तो भारतीला आपल्याबरोबर घेऊन गेला होता.

पंधरा दिवस ते एकत्र हिंडतफिरत होते. त्यांची मनं तर केव्हाच जवळ आली होती. शरीरातील अंतरही कमी कमी होत गेलं होतं. आता कसलाही आडपडदा राहिला नव्हता.

ती अंधारी रात्र होती. त्या अंधारात धुकं मिसळलं होतं, आणि एक प्रकारचं कुंद वातावरण निर्माण झालं होतं. रात्रीचं जेवण उरकलं होतं, तरी भारती अद्याप स्वयंपाकघरात काही तरी काम करीत होती. अल्बर्ट एकदम तिच्यासमोर जाऊन उभा राहिला. त्याची छाती धडधडत होती. ती धडधड त्याला स्पष्ट ऐकू येत होती. तो तिच्याकडे रोखून बघत होता. त्याच्या दृष्टीत वासना होती. तीही त्याच्याकडे बघत होती. तिच्या दृष्टीत कारुण्य होतं. ते कारुण्य बघून तो मागे सरला नाही. उलट तिच्याजवळ गेला. काहीही न बोलता ती त्याच्यापासून एकदम दूर सरकली; आणि काहीही न करता तो शेजारच्या खोलीत परत फिरला.

स्वयंपाकघराला लागूनच असलेल्या पहिल्या खोलीत आपल्या बिछान्यावर तिनं अंग टाकलं तेव्हा तिला वाटलं- पण काय वाटलं हे तिचं तिलाच समजत

नव्हतं. एकाच वेळी दैवी प्रेमाचा आणि असुरी वृत्तीचा अनुभव तिला येत होता. त्या दैवी प्रेमानं तिचं मन सुखावलं होतं आणि असुरी वृत्तीनं दुखावलं होतं. तिला त्या प्रेमाची भूक होती, तिला ते हवहवंसं वाटत होतं, पण त्या असुरी वृत्तीचा तिला तिरस्कार वाटत होता. ती वृत्ति तिला नकोशी वाटत होती. तिला त्याचं प्रेम हवं होतं. पण त्याची असुरी वृत्ति नको होती. सुखदु:खाचा किती चमत्कारिक अनुभव ती घेत होती! बिछान्यावर पडल्या पडल्या ती झाल्या प्रकाराबद्दल विचार करीत होती. तिला वाटत होतं-पण नेमकं काय वाटत होतं हे तिचं तिलाच कुठे समजत होतं?

पलीकडच्या खोलीत अद्यापही दिवा होता. अल्बर्ट काही तरी वाचत बसला होता. परस्परांच्या प्रेमाची साक्ष पटल्यावरही तिला आज त्याच्याशी बोलावंसं वाटत नव्हतं. आता बोलण्याची गरज नव्हती, म्हणून ती गप्प बसली होती, की या त्याच्या वागणुकीनं तिच्या मनात जी भीती निर्माण झाली होती तिच्यामुळे ती गप्प बसली होती, हेही तिला कळत नव्हतं. अल्बर्टचं मन तिला हवं होतं यात काहीच शंका नव्हती. त्याचं मन तिनं जिंकलं होतं; परंतु त्याची शारीरिक लगट मात्र तिला नको होती. कुमारिकांना जे शारीरिक सुख मनापासून हवं असतं, पण ज्या सुखाविषयी एक प्रकारची अनामिक भीती वाटत असते, अशा तऱ्हेची तिची अवस्था झाली होती. परंतु त्याची शारीरिक लगट तिला टाळता येणार होती का?

एवढ्यात वीजपुरवठ्यात काही तरी बिघाड झाला आणि तिच्याभोवतीचं सारं जग काळ्याकुट्ट अंधारात पार बुडून गेलं. ती आपल्या बिछान्यावरून उठली नाही. तिला उठायची इच्छाच नव्हती. काळाकुट्ट अंधार पडला होता. बाहेर आणि तिच्या मनातही! रातकिड्यांचं कर्कश्श ओरडणं मोठं कर्णकटू वाटत होतं. बाकी सारं शांत होतं. शेजारून खळाळत जाणाऱ्या ओढ्याचं पाणी आवाज करीत होतं. तो आवाज लांबून आल्यासारखा वाटत होता. रातकिड्यांच्या आवाजात तो आवाज मोठा चमत्कारिक भासत होता. ती बिछान्यावर पडून राहिली. तिनं भीतीनं आपल्या अंगावरून पांघरूण लपेटून घेतलं. तिला अंधार वाढल्यासारखं वाटला. श्वास जोरानं सुरू झाला. त्यासरशी तिचा उन्नत उरोभाग वरखाली होऊ लागला. पण अंधारात तो कुणाला दिसणार थोडाच होता?

❖❖

त्या अंधारात भारतीच्या अंगाला जो स्पर्श झाला, त्या स्पर्शानं ती घाबरली. घाबरून ती ओरडणार तोच दोन उन्मादक अधरांच्या पकडीत तिची नाजूक जिवणी बंदिस्त झाली होती. त्या उन्मादक चुंबनानं ती भेदरली. त्यापेक्षाही पुढे जाऊन काय होणार आहे या जाणिवेनं तिचे ऊर धपापू लागले. अल्बर्टनं असं अंधारात चोरासारखं येऊन धाड घालायला नको होती. त्याच्या तशा येण्याचं तिला वैषम्य वाटलं. तिचा

आवाज आत आत ओढला जात होता. घशाला कोरड पडत होती. त्या परिस्थितीतही ती म्हणाली, ''अल्बर्ट, असा काही अविचार करू नकोस. तू इथून जा.''

पण अल्बर्टनं तिच्या पाठीखालून आपले हात घालून तिला अलगद जवळ ओढलं आणि हळुवारपणे तिच्या केसावर हात फिरवत तो म्हणाला, ''भारती, माझी भीती वाटते तुला?''

भारती बोलली नाही. तिला विश्वास वाटत नव्हता. म्हणूनच भारतीचं मन जरी अल्बर्टवर जडलं होतं, तरी मोहात गुंतून ती अल्बर्टला आपली तनुलता द्यायला तयार नव्हती! ती त्याच्याकडून प्रथम लग्नाचं वचन घेणार होती. त्याच्या वचनाच्या बंधनात गुंतवणार होती आणि मग ती त्याला आपल्या सर्वस्वाचं दान करणार होती. पण हे घडत होतं ते सारंच कसं अनपेक्षित होतं.

ती बोलत नाही असं पाहून अल्बर्टनं तिला आणखी हृदयाशी ओढून घेतलं आणि तो म्हणाला, ''भारती, मी तुला धोका देणार नाही...कदापि नाही...माझ्या लाडक्या भारतीला दुःखात टाकून मला कोणतं सुख मिळणार आहे?''

एकदम तो अजिजीनं म्हणाला, ''भारती, तू मला नादान समजत नाहीस ना?''

त्यावर भारतीला स्वतःचीच एकदम लाज वाटली. त्याच्या ओठावर आपली तर्जनी टेकत ती म्हणाली, ''शू! असं काही तरी वेड्यासारखं बोलू नकोस.''

तिच्या त्या बोलण्यानं त्याला धीर आला आणि तो एकदम रंगातही आला. तो म्हणाला, ''तुला मागे असाच भास झाला होता ना? आणि तुझं मन संभ्रमात सापडलं होतं ना? मी तुला म्हणालो होतो, योग्य वेळ येताच सारं सांगेन म्हणून!''

भारतीनं आवंढा गिळून कापऱ्या आवाजात विचारलं, ''मग ते प्रत्यक्ष घडलं होतं, का भास होता?''

तिच्या धपापणाऱ्या उरोजांवर हात ठेवत तो म्हणाला, ''अगदीच वेडी! किती घाबरलीस पाहा! सांगतो सारं. त्या दिवशी तुला झालेला तो भास होता. ते सारं स्वप्न होतं. पण आज हा भास नाही...तुला त्या वेळी पडलेलं स्वप्न आज खरं होणार आहे.''

असं म्हणताना त्याचा आवाज एकदम घोगरट झाला. त्याची मिठी बळकट झाली. मला हे हवं, असं तिच्या कानाशी पुटपुटत तो तिच्या सर्वांगावरून लोभस हात फिरवू लागला. मोकाट सुटलेल्या सागराला ही धरणी आपल्या कह्यात आणू शकत नव्हती. रोमरोमात धगधगलेल्या वासनांना ती आवर घालू शकत नव्हती. फक्त पुटपुटत राहिली, ''अल्बर्ट, असं काही खरंच करू नकोस! आत्ता नको...निदान इथे नको...''

पण तिचे शब्द तिच्या ओठातच राहिले.

अल्बर्टनं तिचं काही एक ऐकलं नाही. फुलपाखराप्रमाणे तिच्या देहाच्या

पाकळ्यापाकळ्यांवरचा मध तो टिपत राहिला. त्याच्या मनावर क्षणाक्षणाला या मदिरेची धुंदी चढत होती. त्याच्या स्पर्शानं भारतीही कापरासारखी वितळत गेली. तिचा प्रतिकार लुळा पडला. अल्बर्टच्या धुंदीनं तिच्याही मनावर कसली तरी गुंगी आणली होती. अनामिक सुखानं तिनं डोळे मिटून घेतले होते. "माझी लाडकी भारती!" या शब्दांनी ती मंत्रमुग्ध होऊन विरत चालली होती आणि स्वतःचं अस्तित्व विसरून गेली होतो. तिनं नकळत त्याच्या गळ्यात हात अडकवले. अनाहूतपणे एकदम त्याला जवळ ओढलं आणि त्याच्या कानात ती पुटपुटली, "अल्बर्ट, मी सर्वस्वी तुझीच आहे."

भारतीच्या त्या धुंद आश्वासनानं अल्बर्ट आणखीनच बेभान झाला. तारुण्याचा बांध फुटला; आणि कामभावनांचा लोंढा सुसाट धावत सुटला. तारुण्याच्या उन्मादकारी प्रवाहात अल्बर्ट आणि भारती दोघंही सापडली होती. त्यातच ती दोघं वाहून गेली होती. आसुसलेल्या तारुण्याच्या भुकेचं शमन झालं होतं. जगाच्या दृष्टीनं जे घडायला नको होतं ते घडून गेलं होतं...यौवनाच्या दृष्टीनं यात कुणाचीच चूक नव्हती...तारुण्य हे असंच प्रमादकारी असतं!

बऱ्याच वेळानं दिवे आले. झळकलेल्या प्रकाशानं अंधार खाऊन टाकला. प्रकाश होताच अल्बर्टनं भारतीकडे पाहिलं. ती लाजून चूर झाली होती. तिनं एकदम त्याला दूर ढकललं! पायाशी पडलेलं पांघरूण घट्ट लपेटून घेतलं. 'ओऽ.' असा तृप्तीचा आवाज काढत अल्बर्ट आपल्या खोलीत निघून गेला.

अल्बर्ट निघून गेला आणि भारतीला आपण एकाकी आहोत असं उगीचच वाटू लागलं. प्रीतीची चढलेली गुंगी तिला जाग आणत होती; आणि एकदम ती अस्वस्थ झाली. 'नाही नाही, असं घडायला नको होतं! या क्षणिक सुखाच्या आपण आहारी तरी कसे गेलो!' तिला अल्बर्टच्या सर्वांगावरून फिरणाऱ्या स्पर्शाची आठवण झाली. तिच्या शरीराला कंप सुटला. आपली विचारशक्तीच कुणीतरी खुडून टाकत आहे, असा भास तिला झाला. तिनं आपल्या हातांच्या तळव्यात आपलं तोंड एकदम लपवलं आणि हुंदके देऊन देऊन ती रडू लागली. जणू अभावितपणानं झालेली चूक त्या आसवांनी धुऊन निघत होती. ती अगदी थकून गेली. तिनं आपलं तोंड मऊ उशीत लपवलं. ती उशी जणू तिचं दुःख टिपून तिला धीर देत होती, सांत्वन करत होती आणि निद्रेच्या पंखाखाली तिला मायेचा उबारा देत होती.

घडलेल्या प्रकाराचा अल्बर्टलाही अर्थ समजेनासा झाला. घडलेला प्रकार आनंद देणारा होता, का दुःख निर्माण करणारा होता, हेही त्याला समजेना.

रातकिडे ओरडतच होते. ओढ्याचं पाणी खळाळत होतं. तो मनाशी म्हणत होता, 'तरुणांच्या आयुष्यात असंच घडायचं! असंच व्हायचं! उपाशी पोटाला उपदेश करण्याचा भरल्या पोटाला अधिकारच काय? तारुण्यात हे असंच घडायचं!'

या त्यांच्या मुक्कामात जे व्हायचं ते घडून गेलं होतं. केवळ मनानंच मनाला जिंकलं होतं असं नाही, तर शरीरानंही शरीराला जिंकलं होतं. सारं काही झालं होतं. आता उरला होता फक्त लग्नबंधनाचा लौकिक व्यवहार!

घरी परतत असताना त्यांच्या मनाला आनंद होत होता किंवा नाही, हे त्यांचं त्यांनाही कळत नव्हतं. कळत होतं एवढंच, की मनाच्या दैवी प्रेमाला शरीराच्या असुरी लालसेनं कमीपणा आणलेला आहे. तथापि लग्न करून सारं मिटणार होतं. घरी गेल्यावर आपल्या लग्नाचा बेत ते एर्नाला कळविणार होते.

घरी गेल्यावर त्यांनी पाहिलं तो एर्ना एका वेगळ्याच दुःखात चूर होऊन गेली होती. तिनं धड मान करूनही त्यांच्याकडे बघितलं नाही. खाली मान घालून ती रडत बसली होती.

तिचं दुःख होतंच तसं!

भाग चौथा

फ्रँकफुर्टच्या विमानतळावर अल्बर्टला निरोप देण्यासाठी फक्त भारतीच हजर होती.

विमानतळावर येण्याबद्दल त्यानं आपल्या आईला विचारलं होतं, तेव्हा एर्नानं फक्त नकारार्थी मान हलवली होती. तिच्या नकाराचं कारण अगदी उघड होतं. मानफ्रेड म्यूलर यांच्या अस्थी घेऊन फ्रान्झ म्यूलर जेव्हा विमानानं भारताकडे जायला निघाले होते, त्या वेळी त्यांना निरोप देण्यासाठी एर्ना विमानतळावर गेली होती. अल्बर्टला निरोप देण्यासाठी विमानतळावर जाणं याचा अर्थ पुन्हा नको त्या कटू आठवणींना उजाळा देण्यासारखं होतं. त्यामुळे विमानतळावर न जाण्याचं तिनं ठरवलं होतं. अल्बर्टला तिनं उघड रीतीनं बोलून दर्शवलं नाही, तरी त्याला तिच्या न येण्याचं कारण सहज समजण्यासारखं होतं. मग त्यानंही तिला फारसा आग्रह केला नाही.

हैडेलबर्ग सोडायच्या आदल्या दिवशी दुपारी तो तिच्या खोलीवर गेला होता. गावापासून जरा दूरच असलेल्या 'रेस्टॉरंट रिसेनहॉप' या कॅफेमध्ये त्या दिवशी दुपारी त्यांनी जेवण घेतलं होतं. ते हॉटेल एका छोट्या टेकडीच्या पायथ्याशी होतं. हॉटेलच्या समोरून थोडं वाकडं वळण घेऊन नेकर नदी वाहत होती. दुपारच्या वेळी त्या रस्त्यावर मुळीच वर्दळ नव्हती. एका ठिकाणी लाकडाच्या ओंडक्यावर काही स्त्री-पुरुष बसले होते. पण काही वेळाने तेही उठून गेले. रस्ता पुन्हा निर्मनुष्य झाला. हॉटेलसमोरचा हा रस्ता ओलांडून गेलं की नदीकाठावर बऱ्याच वरच्या बाजूला ओक वृक्षाचं एक जुनाट झाड होतं. त्या वृक्षाखाली एक प्रचंड शिळा होती. दुपारचं जेवण आटोपल्यावर अल्बर्ट आणि भारती त्या प्रचंड शिलाखंडावर जाऊन बसले.

समोर नेकर नदी संथपणानं वाहत होती. पृष्ठभागावर तरळणाऱ्या लाटा मासळीप्रमाणे चमचमत होत्या. नदीपलीकडे एका ठिकाणी अल्पाईन, ओक आणि फर हे वृक्ष दाटीदाटीनं उभे होते. आपली मान उंच करून आपलं अस्तित्व दर्शविण्याची जणू त्यांच्यात अहमहमिका लागली होती.

सारं काही शांत होतं. त्या शांततेचा भंग करावा असं कुणालाही वाटत नव्हतं.

हाताशी थोडा वेळ असावा आणि खूप बोलायचं असावं म्हणजे काहीच बोलणं होत नाही. अल्बर्ट आणि भारती यांच्या मनाची तीच अवस्था झाली होती. किती तरी वेळ कुणीच काही बोललं नाही. लवकरच होणाऱ्या वियोगाची हुरहूर दोघांच्याही मनात दाटली होती. कुणाच्याच तोंडातून शब्द फुटत नव्हता. काही वेळ दोघंही परस्परांकडे नुसते बघत बसले. तिच्या वरच्या ओठावर असलेला तीळ त्याला स्पष्ट दिसत होता, पण आपल्या ओठांनी तो तीळ झाकून टाकण्याचा मोह त्याला मुळीच झाला नाही. त्याचं मन मोहाच्या पलीकडे गेलं होतं. त्याला जे मिळायचं ते मिळून गेलं होतं. त्यामुळे अतृप्तीच्या पोटी निर्माण होणारी हाव त्याच्या मनात त्या क्षणी तरी शिल्लक उरली नव्हती. एक प्रकारच्या तृप्तीनं तो तिच्याकडे नुसता बघत होता. किती सुरेख मुलगी आहे ही! आणि किती निष्पाप! पण ही प्रत्यक्षात आपली केव्हा होणार?

याच विचाराबरोबर त्याच्या मनात असाही विचार येत होता की, ही मुलगी भविष्यकाळात आपली होण्याचा प्रश्न येतोच कुठे? ती केव्हाच आपली झालेली आहे. ती दोघं बसली होती ती जागा अगदी एकांतात होती. तिकडे कुणी फिरकेल अशी शक्यताही नव्हती. परंतु अशा या रम्य एकांतात भारतीला जवळ घेण्याची, तिचं चुंबन घेण्याची इच्छाही त्याला झाली नाही. हैलबर्न येथील मुक्काम संपवून परत आल्यापासून त्याच्या मनाला एक प्रकारची सतत टोचणी लागली होती. आपल्या कृत्याची त्याला खंत वाटू लागली होती. त्या दिवशी त्याच्या शरीरातील पशुवृत्ती जागृत होऊन जे कृत्य घडलं होतं त्याविषयी त्याला विषाद वाटत होता, पश्चात्ताप होत होता. आपल्या हातून भलतीच चूक घडली आणि केवळ भारतीसाठीच नव्हे; तर आपल्या स्वतःच्या भल्यासाठी त्या चुकीचं परिमार्जन आपल्या हातून झालं पाहिजे, असं त्याला वाटू लागलं.

झालेल्या चुकीच्या परिमार्जनाचा एकच मार्ग होता आणि त्या मार्गानं जाण्याचा बेत त्या दोघांनीही पक्का केला होता. लवकरच लग्न करून ते मोकळे होणार होते. परंतु हैलबर्न येथील मुक्काम संपवून ते जेव्हा घरी आले, तेव्हा एर्ना एका वेगळ्याच दुःखात चूर होऊन गेली होती. तिनं धड मान वर करूनही त्यांच्याकडे बघितलं नव्हतं. खाली मान घालून ती रडत बसली होती.

अल्बर्टकडे न बघताच तिनं त्याच्या हातात एक पत्र दिलं होतं. अरुणाचलमच्या आश्रमातून ते पत्र आलं होतं.

त्या पत्रात विद्यानंद स्वामींनी लिहिलं होतं, "तुम्हाला ही बातमी कळविण्याची पाळी माझ्यावर यावी, हे खरोखर मी माझं दुर्भाग्य समजतो. चारच दिवसांपूर्वी फ्रान्झ म्यूलर हे उष्माघातानं आजारी पडले आणि त्यातच त्यांचा तडकाफडकी अंत झाला."

त्या पत्रात विद्यानंदस्वामींनी पुढे लिहिलं होतं, "काय योगायोग आहे पाहा. म्युलरसाहेबांना भारताविषयी केवढं प्रेम! आणि त्या भरतभूमीतच त्यांचा अंत व्हावा, हा योगायोगच नाही तर काय? तुमची मनापासून परवानगी नाही, असं पाहिल्यावर त्यांनी संन्यासदीक्षा घेण्याचं मनातून पार काढून टाकलं होतं; परंतु त्यानंतर त्यांनी ध्यानधारणेत आपलं पुरतं लक्ष घातलं. अलीकडे तर तीन-तीन तास त्यांचं आसन ढळत नसे. त्यांच्या सर्वांगावर केवढं तेज चढलं होतं तपस्येचं! पण आता वाटतं की, हा योगीस्वरूप दीप विझण्यापूर्वी मोठा होत होता. ते आजारी पडले आणि आपण आता या आजारातून उठत नाही, हे कळून चुकल्यावर ते म्हणू लागले की, 'मी केवढा भाग्यवान! या पवित्र भरतभूमीत देह ठेवण्याचं पुण्य मला मिळत आहे. माझ्या प्रिय वडिलांच्या अस्थी या तुमच्या गंगेत मिळाल्या. आता माझ्याही अस्थी तेथेच जाणार! मला मुक्ती मिळाली नाही तरी चालेल, पण मला याच तुमच्या पुण्य भूमीत पुनर्जन्म मिळावा.' त्यांच्या इच्छेप्रमाणे आम्ही या आमच्या अरुणाचलमच्या पुण्यपावन भूमीत त्यांच्या पार्थिव देहाचं दहन केलं आणि त्यांच्या इच्छेप्रमाणे त्यांच्या अस्थी गंगेत विसर्जित केल्या."

हैलबर्न येथे ज्या वेळी ते प्रेमी युगुल परस्परांच्या कुशीत विसावलं होतं, त्याच वेळी एर्ना पतिवियोगाच्या दुःखात बुडाली होती. कोणत्याही स्त्रीला पतीच्या निधनाचं दुःख हे असह्य होत असतं; परंतु त्यातही एर्नाच्या दुःखाची धार अधिक तीव्र होती. म्यूलर कुटुंबाचा दुसरा वारसदार गंगेला मिळाला होता. मानफ्रेड म्यूलर आणि फ्रान्झ म्यूलर यांच्या अस्थी पाठोपाठ भारतीय भूमीत पडल्या होत्या. गंगेला मिळाल्या होत्या. एर्नाला या घटनेनं अपरंपार दुःख झालं.

अल्बर्टला बघताच खाली मान घालून एर्ना रडत बसली होती खरी, पण नंतर दुःखात आकंठ बुडाल्यावर माणसाच्या तोंडून जसे उद्वेगाचे उद्गार बाहेर पडतात तसे तिच्या तोंडून बाहेर पडले. ती म्हणाली, "नियतीनं हा माझा सूड उगवला आहे. भारताबद्दल माझ्या मनात इतका द्वेष होता, की त्या द्वेषाबद्दल एखाद्या अज्ञात दुष्ट शक्तीनं माझा पुरेपूर सूड उगवला आहे. अल्बा, खरंच मला हे सहन होत नाही रे! काय करू सांग!"

असं म्हणून ती रडत बसली.

आपल्या आईचा शोक बघून अल्बर्टही गहिवरून गेला. भारतीच्या तोंडून तर शब्द फुटेना. त्या दोघांनाही अशी लाज वाटू लागली की, ही बाई इकडे इतक्या अपरंपार दुःखात बुडाली असताना, आपण तिकडे परस्परांना मिठ्या मारीत होतो, आणि भलत्याच गोष्टी करीत होतो. हे दुःख, हा विषाद त्यांना काही केल्या

मनावेगळा करता येईना. आपल्या या अपकृत्याचं परिमार्जन करण्यासाठी म्हणून त्या दोघांनी परस्परांना लग्नाची वचनं दिली होती; परंतु घरी आल्यावर एर्नाची अवस्था पाहिल्यावर ते कोणत्या तोंडानं आपल्या लग्नाचा बेत तिला सांगणार होते?

त्या वेळी त्यांना काहीच बोलता आलं नव्हतं; आणि दोन महिने उलटल्यावर जेव्हा त्यांनी आपल्या लग्नाचा बेत एर्नाजवळ उघड रीतीनं बोलून दाखवला, तेव्हा एर्नाला काही बोलता आलं नव्हतं. कालगतीनं कोणतंही दुःख हलकं होतं. तसं एर्नाचं दुःख हलकं झालं असेल असं वाटून, त्यांनी तिच्याजवळ लग्नाची गोष्ट काढली होती. ती काढायलाच हवी होती. हैलबर्नला ज्या गोष्टी घडल्या होत्या, त्या घडल्यानंतर अल्बर्टनं भारतीला लग्नाचं वचन दिलं होतं. ते पाळायलाच हवं होतं.

परंतु त्यांच्या लग्नाची बात ऐकताच एर्ना संतापानं आपादमस्तक कापू लागली. तिच्या मुद्रेवर संताप एवढा साचला, की तो पाहून अल्बर्टला पुढे एकही शब्द उच्चारण्याचा धीर झाला नाही. एरवी जर त्यानं आपल्या आईला झालेलं एवढं दुःख बघितलं असतं, तर स्वतःच्या सुखाचा कोणताही विचार त्यानं ठोकरून लावला असता. परंतु परिस्थितीनं भारतीशी लग्न लावणं आता अपरिहार्य झालं होतं. त्यातून मुक्ततेचा अन्य मार्ग नव्हता. एखाद्या तरुणीच्या शरीराचं सुख लुटून झाल्यावर तिच्याशी लग्न न लावता तिला खुशाल वाऱ्यावर सोडून देणं, यात शुद्ध बदमाशगिरी होती, विश्वासघात होता. ती पशुवृत्ती ठरली असती. अल्बर्टच्या अंतःकरणात त्या रात्री काही काळ जरी पशुवृत्ती जागृत झाली असली, तरी त्या वृत्तीचं परिमार्जन करण्याची सत्प्रवृत्ती त्याच्या ठायी खचित होती.

परंतु त्या दुःखात तो आपल्या आईला काय सांगू शकणार होता? वस्तुतः आपल्या प्रिय पित्याच्या निधनाचं त्यालाही मनस्वी दुःख झालं होतं. पण त्या विशिष्ट परिस्थितीत त्याला आपलं दुःख आवरावं लागत होतं आणि भारतीच्या भावी सुखाचा विचार करणं त्याला भाग पडलं होतं. त्याप्रमाणे त्यानं आपल्या दुःखाला आवरलंही होतं; पण आपल्या आईच्या दुःखापुढे तो काय करू शकणार होता? आदल्या दिवशी रात्री घडलेला प्रकार तिला कोणत्या तोंडानं सांगू शकणार होता? आणि आता या घटनेला दोन महिने उलटून गेल्यावरही आपल्या आईपुढे तो काय बोलू शकणार होता?

तो गप्प बसला. भारतीही गप्प बसली होती. गप्प बसण्याशिवाय गत्यंतरच नव्हतं.

❖❖

त्यांच्या लग्नाचा बेत ऐकल्यावर एर्ना संतापानं खाली कोसळणार की काय, असं वाटू लागलं. ती थरथर कापत होती, हातवारे करीत होती, पण तिच्या तोंडातून

शब्द बाहेर पडत नव्हते. भारतीकडे बघून ती कशीबशी म्हणाली, "तू चालती हो माझ्या घरातून. तुला त्या दिवशी संध्याकाळी घरात घेतलं. माझीच चूक झाली. हो माझीच! पण घातही माझाच झाला. चल चालती हो इथून!"

आपल्या उजव्या हाताच्या तर्जनीनं तिनं भारतीला दाराची दिशा दर्शविली. या प्रकारानं अल्बर्ट गोंधळून गेला. काय बोलावं हे त्याला मुळीच सुचेना. पण जणू त्याची समजूत करण्यासाठी म्हणून एर्ना अल्बर्टकडे बघत म्हणाली, "पोरा, आता मात्र तू मध्ये पडू नकोस हो! हे संकट घराबाहेर गेलं म्हणजे तुला चार दिवस सुखाचे दिसतील. अरे, खोटं सांगत नाही. पण त्या चेटक्या देशातील ही बया आपल्या घरात आली आणि आपलं घर खाली खाली चाललं. या घरातलं सुख परागंदा झालं. वाट फुटेल तिकडे निघून गेलं. घात केला आहे या भारतीय पोरीनं. तू तिच्या नादी लागू नकोस. प्रत्यक्ष संकटाशी लग्न करू नकोस."

अल्बर्टला वाटलं, तिला म्हणावं, 'कुणी कुणाचा घात केला? भारतीनं माझा की मी तिचा? खरं तर मीच तिचा घात केला आहे. मीच तिच्या आयुष्यात संकट निर्माण केलं आहे. वाटल्यास मला या घराबाहेर घालव, पण तिला घरात ठेवून घे. तिच्या जाण्यानं घरातलं भाग्य घराबाहेर जाईल.'

पण उघड रीतीनं तो काहीच बोलू शकला नाही.

❖❖

म्यूलर कुटुंबातून भारती बाहेर पडली ती अक्षरशः रस्त्यावर आली. काय तिची विचित्र दैवगती पाहा! अपराध दुसऱ्याच व्यक्तीनं केला होता; पण शिक्षा मात्र तिच्या कपाळी आली होती. तथापि तिनं या बाबतीत अल्बर्टला मुळीच बोल लावला नाही. आपल्या नशिबी जे आलं आहे ते आपण निमूटपणानं भोगलं पाहिजे, असं एरवी तिनं मानलं असतं. तसं मानण्यात तिच्या मनाला परमावधीचं दुःख झालं असतं, तेही तिनं मुकाट्यानं सहन केलं असतं, पण तिची त्या वेळची परिस्थिती फारच चमत्कारिक झाली होती आणि अशा चमत्कारिक परिस्थितीत ती रस्त्यावर आली होती.

ती रस्त्यावर आली तेव्हा तिच्या पोटात तिच्या मातृत्वाचा अंकुर वाढत होता.

मातृत्व!

मानवी जीवनातील सर्वश्रेष्ठ पवित्र भावना! ज्या भावनेपुढे पशुत्व निस्तेज व्हावं आणि पावित्र्याला तेज चढावं. नवनिर्मिती हे मानवी जीवनातील सर्वश्रेष्ठ सुख! मातृत्वाच्या या पवित्र भावनेसमोर पशुत्वाची मान खाली जाईल यात काहीच संशय नाही; पण प्रत्यक्ष पावित्र्यदेखील त्या भावनेला वंदन करतं!

परंतु भारतीला लाभणाऱ्या मातृत्वाची जात कोणती होती? कौमार्यावस्थेत

मिळणारं मातृत्व पवित्र मानता आलं असतं का? सरसहा मिळणारं मातृत्व पवित्र असतं असं म्हणता येईल का?

तिला तसं वाटेना. कोणत्याही समाजाची धारणा करताना, कोणत्याची समाजाची उभारणी करताना त्या समाजावर अपरिहार्यपणानं काही लौकिक बंधनं घालावी लागतात. त्याशिवाय समाज उभा राहत नाही. लौकिक बंधनांनी बांधून घेणं, हाच समाजाचा धर्म असतो. त्या धर्माच्या कक्षेत, कौमार्यावस्थेत मिळणारं हे आपलं मातृत्व बसत नाही, असं तिला वाटलं. तिच्या मनावर संस्कार होते भारताचे! बंधनरहित समाजाची कल्पना तिच्या देशाला मान्य नव्हती; आणि ज्या देशाचं रक्त तिच्या अंगात सळसळत होतं, त्या तिच्या रक्तालाही ती कल्पना मान्य नव्हती.

पण कौमार्यावस्थेतील मातृत्व तिच्या मातृदेशाला अज्ञात होतं का? भारतीय संस्कृतीला ती कल्पना पेलण्याजोगी नव्हती का? कुंतीचं चरित्र तिनं वाचलं होतं, शकुंतला तिला माहीत होती, उषा-अनिरुद्धाचं आणि नल-दमयंतीचं प्रेम तिला ठाऊक होतं. पाश्चात्त्यांना प्रिय वाटणारी व्हर्जिन मेरी तिला माहीत होती.

ज्या मातृत्वाला खऱ्याखुऱ्या प्रेमाचा आधार असतो ते मातृत्व सरसहा पवित्र मानलं पाहिजे, असाच आधार तिला पुराणातून मिळत होता, साहित्यातून सापडत होता. परंतु पुराणातील वांगी अखेरीस पुराणातच राहतात, हेही तिला माहीत होतं. आहे त्या विचित्र परिस्थितीतूनच तिला मार्ग काढायचा होता.

परंतु तिचं सुदैव एवढंच होतं की, अल्बर्ट हा तिच्या पाठीशी ठामपणानं उभा होता. त्याच्या एका मित्राची बदली झाली होती. त्याचा फ्लॅट रिकामा होता. त्या फ्लॅटवर त्यानं भारतीची सारी व्यवस्था लावून दिली. तिला रोज भेटायला जाऊन तो तिला धीर देत असे. अधूनमधून त्यांचं जेवण एकत्र होई. त्यानं तिला रोज रोज सांगावं, 'तू कसलीही काळजी करू नकोस. वाटेल ते झालं तरी मी तुझ्याशी लग्न करणार आहे. माझ्या आईचं दुःख अगदी ताजं आहे. थोडे दिवस जाऊ देत. आपण लग्न करू. तू मनात शंका बाळगू नकोस.'

यावर तिनं म्हणावं, 'छेः छेः! माझ्या मनात मुळीच शंका नाही रे!'

असं म्हणून हळूच तिनं त्याच्या कुशीत शिरावं. अल्बर्टनंही तिला जवळ घेऊन तिच्या विपुल केशसंभारावरून हात फिरवावा आणि तिच्या कानाजवळ तोंड नेऊन म्हणावं, 'असं रत्न हाती आल्यावर ते हातचं टाकून देण्याचा मूर्खपणा कोण करील?' अशा प्रत्येक वेळी मातृत्वाच्या कल्पनेनं ती शहारून जाई. तिच्या सर्वांगावर सुखाचे रोमांच उभे राहत.

❖❖

भारतीच्या निकट सान्निध्यात अशा तऱ्हेनं त्याचे सुखाचे दिवस चालले होते.

त्याच्या मिठीतून दूर होताना भारती त्याला रोज म्हणत असे, 'कोण म्हणतं मानवी जीवन दुःखांनी भरलेलं आहे? या जगात मला तर सुखाशिवाय दुसरं काहीच दिसत नाही.'

यावर तिला पुन्हा जवळ घेऊन अल्बर्ट म्हणत असे, 'तुला एकटीलाच सुख दिसतं वाटतं? अगं वेडे, सुख हे दोघांच्या राज्यात असतं. हे पहा सुख!'

असं म्हणून तिच्या गालावर झटकन् ओठ टेकण्यासाठी त्यानं आपलं तोंड पुढे करावं. मग त्याचं तोंड दूर करण्याचा लटका अभिनय करून तिनं म्हणावं, 'हं, हं! समजलं, समजलं!'

❖ ❖

एक दिवस त्यानं तिला एक बातमी सांगितली. ती बातमी ऐकून ती एकदम उदास झाली. सुखाच्या प्रदीर्घ मार्गावरून प्रवास करीत असताना वाटेत अचानक दुःख भेटावं, असं तिला वाटलं. ती बातमी ऐकून तिला आनंद होईल, असं अल्बर्टला वाटलं होतं. पण त्याच्या कल्पनेप्रमाणे तिला मुळीच आनंद वाटलेला दिसला नाही. उलट सुखांनी काठोकाठ भरलेलं ताट एकदम कुणी तरी आपल्या पुढ्यातून ओढून नेत आहे, असा भास तिला झाला.

एके दिवशी अल्बर्ट आपल्या ऑफिसमधून परस्पर तिच्या फ्लॅटवर आला आणि हसत हसत त्यानं तिला एक बातमी सांगितली. तो म्हणाला, ''माझी फार मोठी बढती झाली.'

यावर भारती म्हणाली, ''प्रथम तोंड गोड केल्याशिवाय का ती बातमी सांगणार आहेस?''

आपलं तोंड तिच्या ओठांजवळ नेत तो म्हणाला, ''हे बघ तुझं तोंड गोड करतो. मग तर झालं!''

ती मागे सरली. त्याचे ओठ तिच्या ओठांवर पुरते टेकलेही नाहीत. मागे सरताना ती म्हणाली, ''तुझा हा फाजिलपणा नेहमीचा आहे. तुझी आता बढती झाली, तू मोठा होणार. आता तरी थोडं सभ्यतेनं वाग!''

''म्हणजे आतापर्यंत असभ्यतेनं वागलो की काय मी? असं वागण्यात जर असभ्यता असेल, तर मला तो मोठेपणाही नको आणि सभ्यतेचं ते वागणंही नको.''

या त्याच्या बोलण्यावर ती म्हणाली, ''बरं, बरं! मला सारं काही सांग आता!''

तो म्हणाला, ''पण सारं सांगितल्यानंतर सभ्यतेचं बंधन मात्र तू माझ्यावर घालता कामा नये.''

''नाही, नाही घालणार!''

''मग सांगतो सारं. आमच्या कंपनीची एक नवीन शाखा तुझ्या भारतात

निघणार आहे. कशाला माहीत आहे? चित्रपटाच्या धंद्यासाठी! भारतातील एक फार मोठे उद्योगपती आमच्या कंपनीत भागीदारी करणार आहेत. कलकत्त्याजवळ जागा घेण्याचा विचार चालू आहे. आमच्या मॅनेजरनं प्राथमिक पाहणीसाठी मला तिकडे पाठवायचं ठरवलं आहे. बडी जागा आणि बडा पगार देण्याची त्यांची तयारी आहे. भारतात जायला कुणीच तयार नाही. मी म्हटलं, मी जातो. लगेच त्यांनी माझी त्या कामगिरीवर योजनाही करून टाकली. आता आमच्या पोलादी क्रूप कंपनीचं रजत-साम्राज्य तुमच्या भारतात हात-पाय पसरणार आणि त्या साम्राज्यात मी सामील होणार! आहे की नाही मजा! रजतपटावरील धुंद मजा!''

हे ऐकताना भारतीच्या चेहऱ्यावरील आनंद एकदम ओसरून गेला. हे सारं सांगताना मात्र अल्बर्ट अगदी रंगून गेला होता.

त्याचं तिच्याकडे लक्षही नव्हतं इतका तो त्या कल्पनेच्या राज्यात गुंगून गेला होता.

आपली हकिगत सांगताना तो पुढे म्हणाला, ''तुमच्या देशात जाण्याची कुणाचीच तयारी नव्हती, याच गोष्टीचा मी नेमका फायदा घेतला. तुझी भेट झाली म्हणून नव्हे, पण मला तुमचा तो देश एकदा डोळे भरून बघायचा आहे. काय आकर्षण आहे, त्या देशात ते एकदा पाहायचं आहे. माझे आजोबा, माझे वडील त्याच देशाची महती गात गात गंगेत निघून गेले. काय जादू आहे त्या गंगेत ती एकदा जवळून बघायची आहे. खरं तर माझं मन त्या तुमच्या गंगेत शिरलं आहे. गंगा माझ्या मनीमानसी जाऊन बसली आहे. मग ही चालून आलेली संधी कोण सोडणार?''

शेवटचं वाक्य बोलताना अल्बर्टनं तिच्याकडे रोखून बघितलं. ती उदासवाण्या दृष्टीनं त्याच्याकडे बघत होती.

त्यानं आश्चर्यानं विचारलं, ''हे काय'? ही बातमी ऐकून तुला आनंद झाला नाही? तुझा अल्बर्ट तुझ्या देशात जातो आहे, ही बातमी ऐकून तू खुशाल गप्प बसली आहेस? एव्हाना तू आनंदानं नाचायला हवं होतंस, माझी पाठ थोपटायला हवी होतीस. नेहमीप्रमाणे माझे केस धरून गदगदा हलवायला हवं होतंस. आनंदानं बेहोष व्हायला हवं होतं. अगं मी तुझ्या देशात चाललो आहे ना?''

''ते शक्य, नाही! अल्बर्ट ते शक्य नाही!''

या तिच्या बोलण्यावर तो म्हणाला, ''शक्य नसायला काय झालं?''

''ते आपल्या आईला विचार!''

भारतीच्या या बोलण्यावर तोही विचारमग्न झाला. काही वेळानं जणू स्वतःशीच बोलावं त्याप्रमाणे तो म्हणाला, ''वास्तविक आईनं मला या बाबतीत तरी विरोध करू नये. तुला नाही असं वाटत?''

"माझ्या वाटण्यावर काय आहे, अल्बर्ट? पण तू पक्कं लक्षात ठेव, की तुला तुझ्या या कामगिरीवर जाता येणार नाही."

आणि तिचा अंदाज खरा ठरला.

घरी जाऊन तो एर्नाला म्हणाला, "मला फार मोठी बढती मिळाली."

"खरंच?"

"होय, पण मला नोकरीसाठी परदेशी जावं लागणार आहे."

एर्ना चटकन् म्हणाली, "भारत सोडून वाटेल तिथे जा."

"मला भारतातच जावं लागणार आहे."

एवढं बोलण्यासाठी अल्बर्टला बरेच परिश्रम पडले. आपल्या या बोलण्यावर एर्ना आता काय उत्तर देते, इकडे त्याचं लक्ष लागलं. भारताचं नाव निघालं की, नेहमीच्या सवयीप्रमाणे ती वैतागून जाईल, भारताविषयी तोंडाला येईल ते बोलेल आणि अखेरीस मनस्वी संतापानं ती थरथर कापू लागेल. मग तिच्या तोडून एकही शब्द बाहेर पडणार नाही, अशी त्याची कल्पना होती.

पण तिनं यापैकी काही केलं नाही. खालच्या आवाजात ती फक्त एवढंच म्हणाली, "मी मेल्यावर तू भारतात जा."

आणि आपलं एवढं बोलणं पुरेसं होणार नाही असं वाटून, ती पुढे म्हणाली, "बाकी तू भारतात गेल्यावर मी जिवंत राहीन असं थोडंच आहे!"

यावर अल्बर्ट काय बोलू शकणार होता? त्यानं एर्नाला विचारलं, "मी नोकरीसाठी भारतात जाऊ नये असंच तुझं म्हणणं आहे ना?"

एर्ना म्हणाली, "मी आता तेच तेच बोलून थकले आहे रे! काय वाटेल ते करा. कुणाच्याही नशिबाला मी एकटी थोडीच हात लावू शकणार आहे? ज्याचं नशीब त्याच्याबरोबर! जा. वाट फुटेल तिकडे जा. पंख फुटलेत तुम्हाला! तुम्हाला आता थोडंच रोखता येणार आहे? आणि रोखून तरी काय उपयोग आहे?"

एर्नाच्या या बोलण्यावर तो चटकन् म्हणाला, 'ठीक आहे. माझ्या भारतात जाण्यानं तू जर दुःखी होणार असशील, तर मला त्या बढतीची पर्वा नाही. मी माझा जाण्याचा बेत रद्द करतो."

आणि दुसऱ्या दिवशी त्यानं आपल्या वरिष्ठांना तसं कळवूनही टाकलं. त्यांना थोडक्यात आपल्या आईचं म्हणणं सांगितलं. भारतात जातो असं प्रथम आश्वासन देऊन, ते आश्वासन मागे घेतल्याबद्दल त्यानं दिलगिरी प्रदर्शित केली.

हैडेलबर्ग येथील क्रप कंपनीचे प्रमुख व्यवस्थापक हरबर्ट हॅन हे त्याच्या बोलण्यावर मनसोक्त हसले आणि म्हणाले, "तुझी अडचण आम्ही जाणू शकतो. आईच्या शब्दाखातर तू एवढ्या मोठ्या बढतीकडे पाठ करावीस, याबद्दल आम्हाला मोठा अभिमान वाटतो."

बोलताना ते थांबले. कोणतीही गोष्ट सांगताना ती एकदम न सांगता, हप्ताहप्त्यानं सांगण्याची त्यांची पद्धत, अल्बर्टला आता माहीत झाली होती. बोलताना ते मध्येच थांबत आणि मग आपल्या उजव्या हाताची तर्जनी आपल्या भल्यामोठ्या लालबुंद नाकावर ठेवून ते पुढे बोलायला लागत. अशा वेळी त्यांचं जाडजूड नाक अल्बर्टच्या नजरेत प्रामुख्यानं भरत असे. वाजवीपेक्षा मोठ्या असलेल्या त्यांच्या नाकाची इतरांप्रमाणेच स्वतः हरबर्ट हॅन यांना पुरेपूर जाणीव होती. लोक थट्टेनं त्यांचा उल्लेख 'लांबनाक्या' असा करीत, तेही त्यांना चांगलं माहीत होतं. म्हणूनच की काय, इतरांशी बोलताना ते आपल्या नाकावर आपली तर्जनी न चुकता ठेवत असत. 'तुम्ही मला लांबनाक्या म्हणता काय, हेच ते माझं लांब नाक' असंच जणू ते इतरांना भासवीत असत.

आताही आपल्या नाकावर बोट ठेवून ते अल्बर्टला पुढे म्हणाले, ''आम्ही अशा तरुणांची कधीच उपेक्षा करीत नसतो. भारताला जायचं नाही एवढंच तुझ्या आईचं म्हणणं आहे ना? मध्यपूर्वेत तेहरान येथे आपल्या कंपनीचं थोडं काम आहे. तेहरानच्या परिसरात तेलाच्या खाणी आहेत. तू म्हणशील, या तेलखाणीचा आणि आपल्या कंपनीचा संबंध काय?''

हरबर्ट हॅन पुन्हा काही काळ थांबले. पुन्हा त्यांनी आपल्या जाडजूड नाकावर बोट ठेवलं आणि ते अल्बर्टला पुढे सांगू लागले, ''खरं म्हणजे तेलखाणींचा आपल्या धंद्याशी तसा संबंध नाही; पण ते तुला काय करायचं आहे, मालक मंडळी पाहून घेतील.''

पुन्हा थोडा वेळ थांबून आपली तर्जनी आपल्या नाकावर ठेवत हरबर्ट हॅन पुढे सांगू लागले, ''संबंध असो वा नसो- आपल्या कंपनीला त्या भागाची पाहणी करायची आहे. ही पाहणी करण्यासाठी फक्त दोन महिन्यांकरिता तुला जावं लागेल. तू तिकडे जाऊन परत ये. पुढे आपल्या कंपनीचं आफ्रिकेतील केनिया भागात काम निघणार आहे. तुला तिकडे पाठवू म्हणजे झालं! हवा आहे कशाला भारत?''

आणि नंतर एखाद्या लहान मुलाला बारीकशी थप्पड मारून त्याची गंमत करावी अशा आविर्भावानं त्यांनी अल्बर्टच्या उजव्या खांद्यावर एक हलकीशी थप्पड मारली

आणि ते म्हणाले, ''पोरा, तुला बढती देण्याचं माझं वचन कायम आहे, बरं का! भारतात गेला नाहीस म्हणून काय झालं; खुशाल तेहरानला जा. विमानानं जा. विमानानं परत ये. मौज कर. तू परत येशील तोवर आपलं इथलं हंगामी ऑफिस मोडलेलं असेल. त्याही वेळी तुला घरी राहता येणार नाही. मग जा केनियात, पण आता तेहरानलाच जातोस ना?''

यावर अल्बर्टनं आपली मान होकारार्थी हलवली, हरबर्ट हॅन यांचे हार्दिक आभार मानले आणि तो तडक घरी गेला.

तेहरानला जायला मात्र एर्नानं तत्काळ संमती दिली. भारतात जाण्याचा आपला पहिला बेत त्यानं केवळ आपल्याकरिता रद्द केला, या गोष्टीचं तिला समाधान वाटलंच, पण तो आता तेहरानला जाणार आहे, त्याची व भारतीची काही काळ तरी फारकत होणार आहे, आणि क्वचित् प्रसंगी त्यांची मनंही परस्परांपासून दूर जाणार आहेत, हाही हिशोब तिच्या मनाशी होता. भारती त्यांच्या घरातून निघून गेली होती. ती दुसऱ्या ठिकाणी राहत होती; परंतु तिच्या व अल्बर्टच्या गाठीभेटी निश्चित होत असल्या पाहिजेत, याविषयी एर्नाला कसलीही शंका नव्हती. अल्बर्ट तेहरानला गेला, तर अशा गुप्त भेटागाठींचा प्रश्न आपोआपच मिटणार होता. एर्नानं आनंदानं अल्बर्टला होकार दिला.

त्याला निरोप देताना भारतीला अर्थात् अशा प्रकारचा आनंद होणं शक्य नव्हतं. तिच्या खोलीवर जाऊन त्यानं तेहरानला जाण्याचा आपला बेत पक्का झाल्याचं भारतीला सांगितलं. ते ऐकून तिला वाटलं, जे घडतं आहे ते बरं नाही. आपली आता धडगत नाही, असं तिला एकसारखं वाटत राहिलं.

हैडेलबर्ग सोडायच्या आदल्या दिवशी दुपारी 'रेस्टॉरंट रिसेनहॉप' यां कॅफेमध्ये त्या दोघांनी जेवण घेतलं आणि ओक वृक्षाखालच्या प्रचंड शिलाखंडावर ती दोघं जाऊन बसली. त्याही वेळी भारती मनाशी एकसारखं म्हणत होती, जे घडतं आहे ते बरं नाही. लवकरच होणाऱ्या वियोगाची हुरहूर दोघांच्याही मनात दाटली होती. बोलायचंही कधी शिल्लक उरलं नव्हतं. तिच्या वरच्या ओठावरील तीळ आपल्या ओठांनी झाकून टाकण्याचा मोह त्याला आज मुळीच झाला नाही. त्याचं मन मोहाच्या पलीकडे गेलं होतं. मिळायचं ते मिळून गेलं होतं. त्याचं मन तृप्त झालं होतं. तो शांतपणानं तिच्याकडे नुसता बघत होता; आणि मनात म्हणत होता, 'किती सुरेख मुलगी आहे ही! किती निष्पाप! पण ही प्रत्यक्षात आपली केव्हा होणार?'

भारती मनात म्हणत होती, 'हा माझा सखा दूरदेशी चालला. माझं आता कसं होणार? हा परत केव्हा येणार? आणि सर्वस्वी माझा कधी होणार?'

तिची मुद्रा विचारमग्न होती. तिच्याकडे बघत अल्बर्टनं विचारलं, "कसला एवढा गहन विचार चालला आहे?"

आपली दृष्टी जमिनीवर रोखून ती म्हणाली, "विचार करू नको, तर काय करू? तुला माझी अवस्था माहीत आहे ना? तू परत केव्हा येणार? तोपर्यंत माझं कसं होणार?"

अल्बर्ट म्हणाला, "वेडी कुठली! मी का कायमचा चाललो आहे? दोन महिन्यांनी परत येईन आणि...अगं हे काय? तुला रडायला काय झालं? मी परत आल्यावर सर्वस्वी तुझाच आहे. आईनं मला अगदी प्रत्यक्ष झोडपून काढलं तरी मी

तिचं ऐकणार नाही. आल्याबरोबर तुझ्याशी लग्न लावीन. वेडे, पूस आता हे डोळे!''

तिचे अश्रू तिला आवरत नव्हते. रडक्या सुरात ती म्हणाली, ''मला आज खूप खूप रडू दे. माझ्या डोळ्यांतून घळाघळा अश्रू वाहू देत. मला जवळ घेऊन तू माझे अश्रू पूस. खरंच तू मला आज जवळ घे. सारी लाज सोडून तुला हे सांगते. पुन्हा नाही कधी सांगणार! फक्त आजच! हो आजच!''

मग अल्बर्टनं भारतीला खरोखरच जवळ घेतलं. तिच्या केसांवरून, पाठीवरून त्यानं हात फिरवला. तिच्या गालांची, तिच्या ओठांची, तिच्या नेत्रांची आणि अखेरीस हवी तिथली चुंबनं तो भराभर घेऊ लागला. आज त्या चुंबनात तारुण्याचा उच्छृंखलपणा नव्हता, विकारवशता नव्हतीच नव्हती, उलट चिरवियोगाच्या कल्पनेनं निर्माण झालेली आतुरता होती, त्याहीपेक्षा अधिक पावित्र्य होतं, वात्सल्य होतं आणि कितीही चाखली तरी पुरून उरावी अशा पवित्र अंतःकरणाची त्यात गोडी होती. जणू सुटीच्या प्रारंभी प्रथमच निर्माण झालेल्या अमृताची गोडी तिच्या ओठात निर्माण झाली होती.

भारतीला जवळ घेतल्यावर नव्यानंच निर्माण झालेली तिची शारीरिक अवस्था लक्षात यायला, त्याला मुळीच वेळ लागला नाही. जेव्हा तिथून परतायची वेळ झाली तेव्हा तो तिला एवढंच म्हणाला, ''माझ्यावर विश्वास ठेव. तुझ्या या पवित्र पोटाची शपथ मी वाहतो.''

असं म्हणून त्यानं तिच्या पोटावर हात ठेवण्याचा आविर्भाव केला. तिचं सारं अंग थरारलं. कालगती कुंठित व्हावी आणि हा पवित्र व मंगल क्षण इथेच थांबावा, असं तिला वाटलं.

❖❖

परंतु योगायोग वेगळाच होता. आल्फ्रेड क्रपचं तातडीचं पत्र आलं. आल्फ्रेड क्रप यांनी अल्बर्टला बर्लिनला बोलावून घेतलं. प्रवासाची सारी तयारी करूनच त्यानं बर्लिनला यावं, असं त्या पत्रात लिहिलं होतं.

प्रथम बर्लिनला जाऊन नंतर आपल्याला तिथूनच पुढील कामगिरीसाठी जावं लागणार आहे, ही गोष्ट अल्बर्टनं आता ओळखली होती. त्यानं एर्नाचा निरोप घेतला. त्याला निरोप देताना एर्ना फक्त एवढंच म्हणाली, ''कुठेही जा; पण भारतात मात्र जाऊ नकोस!''

आणि पुढे ती स्वतःशीच जणू म्हणाली, ''बाकी पंख फुटलेल्या पाखराला आणखी काय सांगणार?''

या बोलण्यात तिची व्यथा व्यक्त झाली होती. तिच्या या बोलण्यावर अल्बर्ट एवढंच म्हणाला होता, ''तुला मी शक्यतो दुखावणार नाही. खूप दुःख सहन केलंस

तू आजवर!''

परंतु मनातल्या साऱ्याच गोष्टी पार पाडणं माणसाच्या हातात थोडंच असतं?

❖❖

भारतीला आपल्याबरोबर घेऊन तो बर्लिनला गेला. प्रवासात भारती त्याला पुनःपुन्हा म्हणत होती, ''तू आपल्या आईचं ऐकलं पाहिजेस! बिचारीनं फार सहन केलं आहे. तिचा शब्द तू मोडता कामा नये. खरंच, तू तिचं ऐकलं पाहिजेस!''

स्वप्नात उंच अंतराळात उडावं आणि एकदम भूमीवर येऊन आदळावं म्हणजे हिसका बसून माणूस जसा जागा होतो, तसा हिसका बसला आणि अल्बर्ट भानावर आला. विमान खाली उतरायला लागलं होतं. आठ वाजायचा सुमार होता. बाहेर अंधाराशिवाय काही दिसत नव्हतं. हवाई सुंदरीनं घोषणा दिली. बर्लिनच्या विमानतळावर विमान उतरायला लागलं आहे, सर्व उतारूंनी पट्टे बांधावेत, अशी सूचना तिनं दिली. घोषणेच्या शेवटी ती 'थंके' म्हणाली. स्पीकर बंद केल्याचा खटक् असा आवाज झाला.

अल्बर्टनं बाहेर बघितलं. जमिनीवर जणू विविधरंगी चांदण्यांचा गालिचा अंथरलेला दिसला. बर्लिनच्या विमानतळावर विमान हळूहळू उतरत होतं.

अल्बर्टनं पट्टा बांधला. पट्टा बांधण्यासाठी त्यानं भारतीला मदत केली.

मग तिच्या खांद्यावर हात टाकून तिला जवळ घेऊन तो हळूच म्हणाला, ''मी आईचं ऐकलं पाहिजे, असं तू म्हणतेस. सर्वच बाबतीत मी आईचं ऐकू?''

एकदम तिच्या डोळ्यांत अश्रू उभे राहिले. म्हणाली, ''असं कसं मी म्हणेन?''

आणि एकदम तिची दृष्टी अभावितपणानं तिच्या पोटाकडे गेली. अल्बर्टनंही त्याच वेळी तिच्या पोटाकडे बघितलं. पोटाच्या खालच्या भागाकडे बघून त्याचं अंग शहारलं. त्याला त्याच्या शपथेची आठवण झाली.

तिच्याकडे बघून तो काकुळतीनं म्हणाला, ''प्राण गेला तरी या बाबतीत मी आईचं ऐकणार नाही. तू निर्धास्त राहा.''

त्याच्या बोलण्यातला अभिप्राय तिच्या लक्षात आला. ती मंदशी हसली आणि म्हणाली, ''भारतात मात्र जाऊ नकोस. एवढं तरी आपल्या आईचं ऐक. तू भारतात जाऊ नकोस...''

तिचं बोलणं अर्धवटच राहिलं. विमानाच्या चाकांनी जमिनीला स्पर्श केला तेव्हा धक्का बसला त्यामुळे घाबरून ती अल्बर्टला बिलगली. तिचं बोलणं तेवढ्यावरच राहिलं.

❖❖

'हॉटेल ॲम झू' मध्ये रात्री क्रपसाहेबांकडून फोन आला. त्या वेळी जेवण उरकून अल्बर्ट आणि भारती टेलिव्हिजन बघत बसली होती. भारतीचे डोळे मिटायला लागले होते. मधूनच ती समोर दिसणाऱ्या दुकानावरील छायाप्रकाशाच्या जाहिरातीकडे बघत होती. त्या जाहिरातीतील एकेक अक्षर अंधारात विलीन होत होतं आणि पुन्हा प्रकाशात झळकून निघत होतं. तिच्या मनात सहज विचार आला, मानवी जन्म-मृत्यूचं जणू ते प्रतीक आहे. माणसाचा एक जन्म उजेडात यावा, पुन्हा तो अज्ञाताच्या अंधारात विलीन व्हावा! 'पुनरपि जननं पुनरपि मरणम्' हे चक्र असंच असलं पाहिजे.

एवढ्यात खोलीतील फोन खणाणला. क्रपसाहेबांचा कार्यवाह अल्बर्टशी बोलत होता. बर्लिनच्या भिंतीजवळ वृत्तपत्रीय गटाची 'स्प्रिंगलर ग्रुप'ची इमारत आहे. त्या कचेरीत क्रपसाहेबांना येऊन सकाळी भेटावं, असा निरोप अल्बर्टला कळविण्यात आला.

अल्बर्टनं क्रपसाहेबांशी भारतीची ओळख करून दिल्यावर ते तिच्याकडे बघून हसत म्हणाले, "वा! मग प्रश्नच मिटला. हा भारतीय धागा असताना तुला भारतात जायला काय हरकत आहे?"

असं म्हणून क्रपसाहेब हसत सुटले. बोलल्यानंतर हसत सुटण्याची त्यांची ती तऱ्हा पाहून भारतीला मोठी गंमत वाटली. त्यांचं हसणं थांबेपर्यंत तिला थांबणं भागच होतं.

त्यांचं हसणं ओसरल्यावर ती म्हणाली, "भारतात जायला याची मुळीच हरकत नाही. हरकत आहे ती याच्या आईची!"

क्रपसाहेबांनी- तिच्याकडे प्रश्नार्थक मुद्रेनं बघितलं तेव्हा भारतीनं त्यांना सारी हकिगत सांगितली. तेव्हा ते पुन्हा हसत सुटले. त्यांच्या त्या हसण्याचा अर्थच कुणाला कळला नाही. त्यांचं हसणं ओसरल्यावर ते काय बोलतात, इकडे साऱ्यांचं लक्ष लागलं.

आपलं हसणं आवरतं घेऊन आल्फ्रेड क्रप म्हणाले, "म्हणजे मजाच झाली की! अपराध कुणाचा आणि शिक्षा कुणाला! "

पुन्हा त्यांचं हसणं सुरू झालं ते मात्र लवकर थांबलं. मग 'स्प्रिंगलर ग्रुप'चे डायरेक्टर डॉ. ब्राऊन यांच्याकडे बघत ते म्हणाले, "तुम्हाला माहीतच आहे डॉक्टरसाहेब, हिटलरच्या कारकिर्दीत माझ्या वडलांनी आपल्या कारखान्यातून शस्त्रास्त्र पुरविली. युद्ध संपलं. माझ्या वडलांवर खटला चालला. त्यांची सारी मालमत्ता जप्त करण्यात आली. त्यांना बारा वर्षांची शिक्षा झाली. परंतु ते फार वृद्ध झालेले असल्यामुळे त्यांची शिक्षा मला भोगावी लागली. आहे की नाही न्याय? वडलांच्या अपराधाची शिक्षा मुलाच्या कपाळी बसली."

मग थोडं हसून ते अल्बर्टकडे बघत म्हणाले, ‘‘त्या भारतामुळे तिला दुःख प्राप्त झालं. फार तर आपण हे खरं धरून चालू. परंतु त्यासाठी तू मात्र भारतात जाऊ नाहीस, हा न्याय मात्र अजब आहे. अपराध कुणाचा आणि शिक्षा कुणाला?’’

क्रपसाहेब हसत असताना भारतीलाही त्यांच्या बोलण्याचं हसू येत होतं. कुठला दाखला त्यांनी कुठे दिला होता?

हसणं ओसरल्यावर मात्र क्रपसाहेब गंभीर झाले. अल्बर्टकडे बघत म्हणाले, ‘‘अरे मुला, या आपल्या देशात मी किती यातना भोगल्या आहेत याची तुला कल्पना नाही. यातना भोगण्यासाठी, दुःख भोगण्यासाठी भारतातच जायला कशाला हवं?’’

मग बर्लिनभिंतीपलीकडच्या परिसराकडे दृष्टी लावून ते एखाद्या दुःस्वप्नात गढल्याप्रमाणे बोलू लागले. म्हणाले, ‘‘मला ती इमारत अजून दिसते आहे. मातीत मिसळून गेली आहे ती इमारत! पण एके काळी साऱ्या जगाला मातीत गाडण्यासाठी ती इमारत सज्ज होती. माणसं मारण्याचे कारखाने तिथूनच उभे राहिले. माणसं मारण्याची शस्त्रास्त्रं त्या कारखान्यातून बाहेर पडली. मला आज ती शरमेची गोष्ट वाटत, की हे मानवी संहाराचे कारखाने आमच्या क्रप कुटुंबाने उभारले. माझे वडील हिटलरचे जानी दोस्त! त्याच राईशच्या इमारतीत रात्रंदिवस त्यांची खलबतं चालायची- माणसं वेगानं कशी मारायची याची!...तू म्हणशील मी हे काय सांगतो आहे! पण सारं नीट ऐकून घे. माझ्या मनाची व्यथा नीट समजून घे...तू भारतात जायला हवंस! का? सांगतो.’’

आल्फ्रेड क्रप काही काळ थांबले आणि म्हणाले, ‘‘मला पक्कं आठवतं. मी काही तेव्हा लहान नव्हतो. महायुद्ध सुरू झालं. आमचे शस्त्रास्त्रांचे कारखाने रात्रंदिवस घणघणू लागले. माझे वडील हिटलरशेजारी नेहमी बसलेले असत. राईशची ती इमारत नसली, तरी ते दृष्य मला स्पष्ट दिसतं आहे. त्या दिवशी दुपारी माझे वडील हिटलरशी काही तरी बोलत बसले होते. मी शेजारीच होतो. एवढ्यात टपालातून एक पत्र आलं.

हिटलरनं ते पत्र फोडलं आणि एखाद्या पिसाटासारखा तो हसत सुटला. ते पत्र कुणाचं होतं माहीत आहे? ते पत्र गांधीजींचं होतं. भारताच्या त्या सुपुत्रानं युद्ध थांबविण्याचं व सारे प्रश्न अहिंसेच्या मार्गानं सोडविण्याचं आवाहन हिटलरला केलं होतं. त्या वेळी हिटलर विजयाच्या धुंदीत होता. त्याला शांततेचं आणि अहिंसेचं आवाहन कसं रुचणार? हिंसेसमोर अहिंसा कधी उभी राहू शकत नाही बरं!...हिटलरनं गांधीजींचं ते पत्र चोळामोळा करून केराच्या टोपलीत फेकून दिलं आणि त्या पत्रातील मजकूर माझ्या पिताजींना सांगून हिटलर हसत सुटला...’’

क्रपसाहेब थांबले. त्यांनी बिअरचा एक घोट घेतला. पुन्हा त्यांचे नेत्र भूतकाळात दाखल झाले. म्हणाले, ‘‘आज त्या ठिकाणी आहे का काही? पण मला आजही

गांधीजींचं ते पत्र दिसतं आणि मनात विचार येतो की, गांधीजींच्या पत्राप्रमाणेच आज साऱ्या मानवजातीचा चोळामोळा झालेला आहे... तू मला वेडा म्हणशील, म्हण पोरा! पण नंतर झालेला सारा संहार बघून मला एकसारखं वाटतं की, गांधीजींच्या त्या पत्राचा शाप साऱ्यांना भोवलेला आहे. आता बघ की! आपल्याच देशात ही बर्लिन भिंत उभी राहिली. या भिंतीखाली माणुसकीच गाडली गेली ना? भाऊ बहिणीला भेटू शकत नाही, प्रियकर प्रेयसीला भेटू शकत नाही; अरे एवढंच नव्हे, तर मूल आपल्या आईला भेटू शकत नाही. त्यांच्या प्रेमामध्ये हा तट उभा राहिला आहे ना! अनैसर्गिक, अनाहूत! कुणाला हवी होती ही फाळणी? मानवी शरीराची, मानवी मनाची फाळणी करतात का कधी? पण या प्रेमाला हे सुरूंग लावले, प्रेम कुरतडण्यासाठी ही क्रूर श्वापदं उभी राहिली. माणुसकीच फाटली, मग मागे राहिलं काय? जिवाचा थरकाप होतो. या वयात हे सहन होत नाही. सारं संपवून टाकावं असं वाटतं...पण आपल्यावर एक ऋण आहे असं वाटतं. सांगू तुला ते ऋण कोणतं आहे ते?''

आता मात्र क्रपसाहेब बराचं वेळ थांबले. अल्बर्ट आणि भारती यांच्याकडे रोखून बघत होते.

हळूहळू क्रपसाहेब बोलू लागले. म्हणाले, ''होय, होय. ऋणच आहे ते! आम्ही गांधीजींच्याच मार्गानं जायला हवं होतं. शांततेचा मार्ग...अहिंसेचा मार्ग! त्या वेळी त्या मार्गाची आम्ही कुचेष्टा केली. पण आता आम्हाला कळतंय्, की तोच मार्ग खरा होता. ठीक आहे. माझ्यापरीनं गांधीजींचं ते ऋण मला फेडायचं आहे....त्याचसाठी तुला भारतात जायला हवं.''

अल्बर्ट काहीच बोलला नाही.

क्रपसाहेब त्याला म्हणाले, ''या भारत देशाची- गांधीजींच्या या देशाची संस्कृती फार मोठी आहे. फार पुरातन...फार पवित्र...''

या ठिकाणी एर्ना असती तर काय झालं असतं, हा विचार भारतीच्या मनात येत होता, तोच क्रपसाहेब पुढे म्हणाले, ''या भारतीय संस्कृतीवर मला चित्रपट काढायचा आहे- फार मोठा, फार भव्य! भारतीय संस्कृतीएवढाच भव्य! तो उत्तुंग हिमालय, ती पवित्र गंगा नदी, तो सर्वश्रेष्ठ गीताग्रंथ आणि भारताला सदैव प्रकाश देणारा तो तेजस्वी सूर्य- या साऱ्यांचं प्रतिबिंब त्या चित्रपटात उमटलेलं मला दिसलं पाहिजे. तुला माहीत आहे, पं. नेहरूंनी या गंगेविषयी काय लिहून ठेवलं आहे ते?... भारताच्या सनातन संस्कृतीचा अखंड प्रवाह या परम पवित्र गंगा नदीतून वाहतो आहे...भारतीयांच्या साऱ्या आशाआकांक्षा-महत्त्वाकांक्षा या गंगातीरीच फुलल्या... भारतीयांनी आपल्या पराक्रमाची गीतं इथेच गायली.. .आपल्या अपजयाची गाऱ्हाणी त्यांनी याच गंगामय्येला सांगितली... बिकट प्रसंगी त्यांनी याच गंगामातेचा आश्रय

घेतला. एका बाजूला उत्तुंग हिमालयाची हिमाच्छादित शिखरं आणि दुसऱ्या बाजूला तिचा धवलधूसर प्रमत्त प्रवाह...या गंगेचं किती म्हणून वर्णन करावं...अल्बर्ट, मला माझ्या चित्रपटात या गंगामातेचं हे चित्र उभं करायचं आहे आणि यासाठीच तुला भारतात जायला हवं...अगदी लगेच! आणि..''

भारती मध्येच म्हणाली, ''मला कठीण वाटतं आहे ते!''

क्रपसाहेब म्हणाले, ''त्यात कठीण काय आहे? मला माहीत आहे सारं. फार तर आपण याच्या आईला सांगू की, हा तेहरानला गेला आहे. चांगल्या गोष्टीत खोटं बोलायला काय हरकत आहे? तुला वाटतं काही हरकत आहे म्हणून?''

शेवटचा प्रश्न त्यांनी अल्बर्टकडे बघून विचारला.

अल्बर्ट उदासपणे हसून म्हणाला, ''मलाही काही हरकत वाटत नाही. मलाही भारतात जाण्याची फार फार इच्छा आहे. माझे आजोबा, माझे वडील तिकडेच गेले....गंगेला मिळाले. मलाही त्या गंगेचं रूप बघायचं आहे...अगदी डोळे भरून!''

''झालं तर मग!''

क्रपसाहेबांच्या या बोलण्यावर अल्बर्ट म्हणाला, ''मात्र आईला खरी गोष्ट सांगू नका. ती हाय खाईल. मलाही आपल्याचसारखं वाटतं. चांगली गोष्ट करताना थोडं खोटं बोलायला हरकत नाही.''

क्रपसाहेब जायला उठले तेव्हा अल्बर्ट हसत म्हणाला, ''आपल्या चित्रपटाला भारतीय कथा हवी आहे ना? माझं घराणं आपल्याला चांगली कथा देईल. आमचं म्यूलर कुटुंब गंगेला मिळालं...म्हणजे आपलं बर्लिनच गंगेला मिळालं...भली कथा होईल! भव्योत्कट! करुणोदात्त!''

यावर क्रपसाहेब त्यांच्या नेहमीच्या सवयीप्रमाणे हसले नाहीत. जमीनदोस्त झालेल्या राईशकडे ते उदास दृष्टीनं काही वेळ बघत राहिले आणि लिफ्टमध्ये जाऊन उभे राहिले.

❖❖

फँकफुर्टच्या विमानतळावर अल्बर्टला निरोप देताना भारती एवढंच म्हणाली, ''आपल्या शपथेची आठवण ठेव.''

यावर अल्बर्टला बोलता येईना. त्याचा कंठ दाटून आला. उजव्या बाजूच्या फिरत्या जिन्याकडे उदासवाण्या दृष्टीनं बघत तो एवढंच म्हणाला, ''माझी शपथ मी जगाच्या अंतापर्यंत विसरणार नाही...आईला अधूनमधून भेटत जा.''

समोरच्या वीजबोर्डावर त्याच्या विमानाचा फ्लाइट नंबर आता अगदी वरच्या बाजूला आला होता. भारताला जाणारे उतारू भराभर उठले होते आणि उजव्या बाजूच्या गेटनं विमानाकडे जायला निघाले होते.

अल्बर्टनं भारतीला जवळ घेतलं. तिच्या पाठीवरून हात फिरवला आणि भरल्या डोळ्यांनी म्हणाला, ''येतो. सांभाळून राहा!''

तो दृष्टीआड होईपर्यंत भारती त्या दिशेकडे वेड्यासारखी बघत उभी होती. तिला वाटलं, आपल्या अंगातील चैतन्य कुणी तरी काढून घेत आहे. विमानानं आकाशाकडे झेप घेतली, तरी ती जागेवरून हलली नव्हती.

❖❖

रात्री सुमारे बारा वाजता निघालेलं विमान अर्ध्या तासातच झूरिकला पोचलं. दीड वाजता झूरिकहून विमानानं उड्डाण केलं तेव्हा चंद्र पूर्व क्षितिजावर नुकताच उगवला होता. चंद्रकोर उगवण्यापूर्वी असंख्य नक्षत्रं चमचमत होती. आकाशगंगाही सुरेख दिसत होती. एका तासातच सूर्य उगवला; आणि सूर्योदय झाल्यावर चंद्र लोपला तो कायमचाच! एकानं उगवावं आणि त्या प्रकाशानं दुसऱ्याचा प्रकाश लुप्त व्हावा, या गोष्टीची अल्बर्टला मोठी गंमत वाटली. फँकफुर्टहून मध्यरात्री त्याचं विमान निघालं होतं. त्या वेळी चमचमणाऱ्या नक्षत्रांनी आकाश खच्चून भरलं होतं. त्याचं विमान पूर्व दिशेला निघालं होतं. बघता बघता रात्र सरली होती आणि पहाट झाली होती. निसर्गाच्या या चमत्काराची त्याला मोठी गंमत वाटली. आकाशातील नक्षत्रांकडे बघता बघता त्याच्या मनात भारतीचाच विषय चालला होता. त्या नक्षत्रांमध्ये त्याला भारतीची आकृती दिसत होती. तिच्याच चिंतनात तो गढून गेला होता.

तेहरानला विमान उतरू लागलं तेव्हा न्याहारीची वेळ झाली होती. साऱ्या उतारूंनी न्याहारीसाठी ट्रे बाहेर काढले होते. न्याहारीचे एकेक पदार्थ येत होते. अल्बर्टचं कशातच लक्ष नव्हतं.

तेहरानच्या विमानतळावर विमानाची देखभाल चालू होती. विमान आता पुढच्या प्रवासाला निघणार होतं. विमानतळावरील वेटिंग रूममध्ये सारे प्रवासी हलक्या आवाजात बातचीत करीत बसले होते. न्याहारी झालेली असल्यामुळे सारे प्रवासी ताजेतवाने झालेले दिसत होते. सूर्य चांगलाच वर आला होता आणि तेहरानच्या बर्फाच्छदित टेकड्यांवरील बर्फ चमकायला लागलं होतं.

सारे प्रवासी आता विमानात बसायला निघणार एवढ्यात समोरच्या खोलीतून एक तरुणी घाईघाईनं बाहेर आली आणि त्या वेटिंग रूममध्ये बसलेल्या उतारूंजवळ येऊन म्हणाली, ''दिनेशबाबू चट्टोपाध्याय कोण आहेत? त्यांच्यासाठी 'टेलेक्स मेसेज आहे.''

दिनेशबाबू घाईघाईनं आत गेले आणि 'टेलेक्स मेसेज' घेऊन विमानाकडे जायला निघाले.

विमानात दिनेशबाबूंची जागा अल्बर्टच्या शेजारीच होती. थोड्याच वेळात

दिनेशबाबूंची आणि अल्बर्टची चांगलीच ओळख झाली. त्यांचं नाव समजताच अल्बर्टनं विचारलं, "तुम्ही कलकत्त्याजवळ कुठेतरी राहता नाही का?"

आश्चर्यानं दिनेशबाबू म्हणाले, "बांकीपूरला!"

"भारती ही तुमचीच मुलगी नाही का?"

अधिक आश्चर्य वाटून दिनेशबाबूंनी विचारलं, "तुम्हाला काय माहीत?"

मग अल्बर्टनं त्यांना सारी हकिगत सांगितली. होय! त्यांच्या प्रेमाचीसुद्धा!

ती हकिगत ऐकून दिनेशबाबूंना काय वाटलं याचा अंदाज मात्र त्याला करता आला नाही. त्याच्या बोलण्यावर दिनेशबाबू फक्त म्हणाले होते, "अरे वा! असं आहे काय?"

मध्येच त्यांनी अल्बर्टला फ्रान्झ म्यूलर यांच्याबद्दल विचारलं. ते दिवंगत झाल्याचं अल्बर्टनं सांगितलं तेव्हा दिनेशबाबूंनी आपली मान थोडी खाली झुकवून म्हटलं, "अरेरे! त्यांच्यासारखा भाविक मनुष्य मी पाहिला नाही. आमच्या भारताविषयी त्यांना केवढं प्रेम!"

अल्बर्ट म्हणाला, "मलाही तुमच्या भारताविषयी अगदी जन्मजात प्रेम आहे. परंतु..."

दिनेशबाबूंनी त्याच्याकडे प्रश्नार्थक दृष्टीनं पाहिलं तेव्हा त्यानं सारी हकिगत त्यांच्या कानावर घातली. शेवटी तो म्हणाला, "माझ्या आजोबांच्या आणि वडिलांच्या अस्थी या तुमच्या गंगेत गेल्या. माझ्या आजोबांना तर या तुमच्या देशाचं भारी प्रेम. वडील तर अखेरीस याच तुमच्या देशात येऊन राहिले होते. तेव्हा हा देश आहे तरी कसा, ही तुमची गंगा नदी तरी कशी आहे, हे बघण्याची मला फार फार इच्छा होती. आपल्या पूर्वजांचा जिथे शेवट झाला ती भूमी एकदा डोळे भरून पाहावी, असं साहजिकच वाटत होतं; आणि तसा योगही आला. या तुमच्या भारतीय संस्कृतीवर आमचे क्रपसाहेब भव्य चित्रपट काढणार आहेत. त्यासाठीच त्यांनी मला तुमच्या देशात पाठवलं आहे. तुमची ती गंगा नदी....तुमच्या देशाला सदैव प्रकाश देणारा तो तेजस्वी सूर्य..."

हे बोलताना अल्बर्टचं लक्ष खिडकीतून सहज बाहेर गेलं. त्यांचं विमान ढगात शिरलं होतं. बाहेर काहीच दिसत नव्हतं. आकाशात तळपणारा सूर्य ढगात बुडाला होता.

अल्बर्ट पुढे म्हणाला, "पण भारतात जायला आईची संमती मिळाली नाही. तिला खोटंच कळवून मी भारतात जायला निघालो. मला तर या तुमच्या देशाची विलक्षण ओढ, पण भारतात जायला आईनं कधीच संमती दिली नसती. भारताविषयी तिला भारी द्वेष वाटतो. हा तुमचा देश चेटकी लोकांचा आहे, भुताखेतांचा आहे, याच तुमच्या देशानं आमचं म्यूलर कुटुंब गिळून टाकलं, अशी आईची कल्पना!

किती खुळी कल्पना नाही का? पण करणार काय?''

अल्बर्टच्या या बोलण्यावर दिनेशबाबूंनी एक प्रदीर्घ सुस्कारा सोडला व ते म्हणाले, ''अहो, इथून-तिथून साऱ्या स्त्रिया सारख्याच! आमच्याही घरी तेच आहे. माझी बायको म्हणजे थेट तुमच्या आईचा नमुना! विमानतळावर मला मघाशी 'टेलेक्स मेसेज' आला होता ना? तो तिचाच होता. मेसेज काय होता माहीत आहे? तिनं मला कळवलं होतं, 'तुम्ही तुमचा पुढचा प्रवास रद्द करा. कारण...कारण तुम्हाला आज प्रवासात धोका आहे.' म्हणजे आहे की नाही?''

दिनेशबाबू थोडा वेळ थांबले आणि आपलं पुढलं बोलणं नीट जुळवून म्हणाले, ''माझी बायको प्रत्येक गोष्ट एका ज्योतिष्याच्या सांगण्यावरून करते. अगदी रोजचे व्यवहारसुद्धा! देवदर्शनालासुद्धा आमच्या घरी मुहूर्त लागतो. आता या खुळेपणाला काय म्हणावं? मी जर आता माझा हा विमानप्रवास रद्द केला असता, तर माझं केवढं नुकसान झालं असतं माहीत आहे? सहज पाच पंचवीस हजार रुपयांची खोट बसली असती. तिला काय म्हणायला होतं की, पुढच्या प्रवासाला चांगला मुहूर्त नाही म्हणून! माझी खोट भरून देणार आहे तिचा तो ज्योतिषी? तुम्हीच सांगा! या तेहरानला मी एक लाख रुपयांचे गालिचे व रेशमी कापड एवढी खरेदी केली आहे. आणखी मला खरेदी करायची आहे. त्यासाठी मला कलकत्त्याच्या व्यापाऱ्यांशी बातचीत तर करायला हवी ना? मग वेळ गमावून कसं भागेल? व्यापारात आज जे भाव आहेत ते उद्या नाहीत. खरं किनई?''

आणि मग कोणत्याही गोष्टीचा निष्कर्ष सांगावा त्याप्रमाणे दिनेशबाबू शेवटी म्हणाले, ''भारतात तुम्ही जाऊ नये असं सांगणारी तुमची आई काय किंवा विमानाचा पुढचा प्रवास रद्द करा असं सांगणारी माझी पत्नी काय, दोघीही स्त्रिया सारख्याच खुळ्या, भोळ्या! शक्यतो त्यांच्या नादी न लागावं हे बरं! आता आमचा भारत देश काय तुम्हाला खाऊन टाकणार आहे, का ज्योतिष्याच्या सांगण्याप्रमाणे या प्रवासात आपलं विमान पडणार आहे? होणार आहे तरी काय? साराच खुळ्याचा बाजार!''

काही वेळ कुणीच काही बोललं नाही. दिनेशबाबूंना एकदम भारतीची उत्कट आठवण झाली. तिच्याबद्दलची माहिती ते अल्बर्टला विचारणार होते. अल्बर्ट समोर बघत होता. विमानाच्या उजव्या बाजूला रंगविलेल्या चित्रांकडे बघण्यात तो गढलेला दिसला. हत्ती, घोडे, उंट, विमान अशी एकाचढ एक चित्रं त्या ठिकाणी रेखली होती. प्रगती करून माणसानं अंतराळावर विजय मिळविला आहे, याचंच जणू ते निदर्शक होतं.

एवढ्यात घोषणा झाली – 'अत्यंत वाईट हवामानामुळे आपलं विमान ॲबेदान विमानतळावर न्यावं लागत आहे...आणि' अल्बर्टनं बाहेर बघितलं. विविधरंगी ढगांचे राक्षस विमानावर चाल करून येताना दिसत होते. विमानाचे पंखही झाकाळून गेले

होते. ढगांशिवाय काहीही दिसत नव्हतं.

अॅबेदान विमानतळावर विमान उतरू लागलं. तरीही ढगांचं सैन्य मागे हटेना. साऱ्या उतारूंनी जीव मुठीत धरला होता. 'आपलं विमान पडणार आहे थोडंच!' असं दिनेशबाबू मोठ्या विश्वासानं बोलून गेले. पण त्यांचाही चेहरा आता भयग्रस्त दिसत होता.

अॅबेदान विमानतळाची धावपट्टी दिसू लागली तेव्हा साऱ्यांच्या जिवात जीव आला.

परंतु निष्ठुर नियतीचा खेळ किती विचित्र असतो पाहा! विमानतळ दिसला, पण विमानाचे पंखच जणू छाटले गेले. विमानाची चाकंच विमानाच्या पोटातून बाहेर पडली नाहीत. जणू कासवानं भेदरून आपले पाय पोटातच घेतले होते. वैमानिकाची खटपट सुरूच होती; पण पंख तुटलेल्या पाखराप्रमाणे ती खटपट केविलवाणी भासत होती. ही गोष्ट कळताच उतारूंचे चेहरे पुन्हा भयग्रस्त झाले. त्यांना त्यांचा मृत्यू समोर दिसू लागला. जीवन-मृत्यूची रेषा एवढी जवळ असते? मृत्यूच्या दारात भल्याभल्यांची मती कुंठित होते, हीच गोष्ट खरी!

अल्बर्टला भारतीची विलक्षण आठवण झाली. तिला दिलेलं वचन आता तो पाळू शकणार नव्हता. आपला मृत्यू आता अटळ आहे, हे ठरल्यावर त्याच्या मनात एकच एक इच्छा जागृत झाली. आपल्या आजोबांप्रमाणे, आपल्या वडिलांप्रमाणे आपल्या अस्थी गंगेला मिळाव्यात, आपल्या जन्माचं सार्थक तरी होईल!

पण ही इच्छा आता सांगणार तरी कुणाला?

कासवानं पोटात घेतलेले पाय बाहेर काढले नाहीत. अल्बर्टच्या मनातली अखेरची इच्छाही कुणाला कळली नाही. नियतीनं त्या इच्छेची नोंद करून घेतली की काय कुणास ठाऊक!

पंख तुटलेल्या पक्ष्याप्रमाणे अल्बर्टचं विमान खाली मृत्यूच्या दरीत कोसळलं. सारा खेळ आटोपला.

❖

सुरूवातीचा शेवट

त्या विमानात अगदी निवडक उतारू होते. त्या साऱ्यांचे देह कोळशासारखे कोळपून गेले होते, छिन्नविच्छिन्न झाले होते, ओळख पटण्याच्या पलीकडे गेले होते. काही झालं तरी विमान कंपनीला आपलं कर्तव्य करणं भागच होतं. माणसांच्या शरीरांचे ते छिन्नभिन्न भाग त्यांच्या नातेवाइकांकडे पाठविण्यात आले.

पांढऱ्या शुभ्र कापडात गुंडाळलेला दिनेशबाबूंचा मृतदेह बघून नंदिनीदेवींनी टाहो फोडला. पुढचा प्रवास करू नका, असा संदेश देऊनही त्यांनी त्यांचं ऐकलं नव्हतं आणि ते आता अज्ञाताच्या प्रवासाला कायमचे निघून गेले होते. त्यांच्या मृत देहाला कवटाळून नंदिनीदेवींनी जो शोक केला तो पाहून कुणाच्याही काळजाला घरं पडली असती. दिनेशबाबूंच्या अस्थी गंगेला मिळाल्या तरी नंदिनीदेवींचा शोक आवरला नव्हता.

हैडेलबर्ग येथेही तोच प्रकार घडला. अल्बर्टची शवपेटिका उघडली गेली आणि आपल्या प्रिय पुत्राचा देह पाहून एर्नाची एकदम दातखिळी बसली. मग स्वतःला सावरून तिनं आपल्या मुलाच्या देहावर हळुवार हात फिरवला. अर्थात त्याच्या मृत देहाची मुळीच ओळख पटत नव्हती. त्यानंतर तिनं एकदम आपल्या प्रिय पुत्राच्या मृत देहावर आपलं अंग झोकून दिलं आणि ती किती तरी वेळ रडत बसली. तेही दृश्य मोठं कारुण्यपूर्ण होतं.

रडता रडता ती एकदम दचकून बाजूला झाली. त्या मृत देहाच्या हातात तिला घड्याळ दिसलं. ते चुकून काढायचं राहून गेलं होतं. त्या घड्याळाकडे तिची दृष्टी गेली. ते घड्याळ अल्बर्टचं नव्हतं. अर्धवट जळलेलं ते घड्याळ काढून तिनं ते बघितलं. त्याच्या मागच्या बाजूला अक्षरं होती- दिनेशबाबू चटोपाध्याय...ती अक्षरं पाहून ती एकदम दचकली.

तो मृत देह अल्बर्टचा नव्हता तर!

मग पुढचे सारे सोपस्कार झाले. विमान कंपनीला तसं कळविण्यात आलं. त्यांच्याकडून उत्तर आलं ते मोठं विचित्र होतं. विमान कंपनीनं आपल्या उत्तरात दिलगीरी व्यक्त करून लिहिलं होतं, 'सारी प्रेतं ओळख पटण्याच्या पलीकडे गेली

असल्यामुळे प्रेतांची अदलाबदल झालेली दिसते. आम्ही बांकीपूरला ताबडतोब चौकशी केली. तुमच्या मृत पुत्राच्या देहाचं त्यांच्या पद्धतीप्रमाणे दहन करून गंगेत रीतसर अस्थिविसर्जनही झालेलं आहे. क्षमा करा. आता तुमच्याकडे पाठविलेल्या प्रेताची तुम्ही तुमच्या पद्धतीप्रमाणे व्यवस्था करा.'

'डायवेल्ट' या वर्तमानपत्रात अपघाताची हकिगत वाचून भारती जेव्हा एर्नाच्या घरी गेली, तेव्हा तिला हा सारा प्रकार कळला. आपल्या पित्याचा मृत देह हैडेलबर्गसारख्या दूरदेशी यावा आणि आपल्या प्रियकराचा मृत देह बांकीपूरला जावा, या विचित्र योगायोगाची सांगड तिला काही केल्या घालता येईना. कल्पनेपलीकडच्या गोष्टी प्रत्यक्षात घडल्या होत्या. अशा गोष्टी प्रत्यक्षात घडल्या हे सांगितलं, तर ते कुणाला खरंही वाटलं

नसतं- खरं वाटण्याजोगंही ते नव्हतं. पण त्या साऱ्या गोष्टी घडल्या होत्या, हे मात्र खरं होतं. एर्नाला आणि भारतीला झालेलं अपरंपार दुःखही खरं होतं.

❖ ❖

कालांतरानं दुःख थोडं हलकं झाल्यावर भारती एर्नाला म्हणाली, ''मी आता या आपल्या घरी राहायला येणार आहे.''

''खुशाल ये. पुन्हा माझी पाहुणी म्हणून राहा.''

यावर आपली मान नकारार्थी हलवीत भारती म्हणाली, ''छे, छे! पाहुणी म्हणून नाही; तुमची सून म्हणून! तुमच्या मुलाची बायको म्हणून!''

एर्नाच्या डोळ्यात चटकन् पाणी उभं राहिलं. ती म्हणाली, ''तो आता गेला. आता त्याची बायको म्हणून राहण्यात काय अर्थ आहे?''

भारतीनं म्हटलं, ''आताच अर्थ आहे. आम्ही भारतीय स्त्रिया स्वार्थी नसतो. माझं तुमच्या मुलाशी प्रत्यक्ष लग्न लागलं नव्हतं. पण आम्ही दोघं मनानं आणि शरीरानंसुद्धा लग्नबद्ध झालो होतो. आता ते लग्न मोडता येणार नाही. लग्न लावून नवरा गेला, की आम्ही भारतीय स्त्रिया विधवा म्हणून त्याच्याच नावावर सारा जन्म काढतो. या घरात तुमच्या मुलाची विधवा म्हणून मला राहू द्या. एवढी भीक मला घाला.''

एर्ना गहिवरून म्हणाली, ''भीक? तसं म्हणू नकोस. खुशाल इथे राहा.''

आणि कळवळून एर्ना पुढे म्हणाली, ''अगं, माझं सारंच घर तुझ्या त्या गंगेला मिळालं, आता मी तुला कोणत्या तोंडानं नाही म्हणू? ये. खुशाल इथे राहा. वाईट एकच वाटतं, की माझा मुलगा या घरातून कायमचा निघून गेला आणि त्या मुलाची बायको इथे कायमची राहायला आली. आणखी एक दुःख होतं. आमच्या म्यूलर घराण्याचा सारा...सारा वंश खंडला गं! पार खणून निघाला...!''

यावर खाली मान घालून भारती म्हणाली, ''असं म्हणू नका! तुमच्या म्यूलर घराण्याचा वंश माझ्या पोटात वाढतो आहे. त्या वंशदीपाला बरोबर घेऊन मी या घरी आले आहे- कायमचं राहायला!''

एर्नानं तिचे शब्द ऐकले. तिच्या अंगावर प्रथम शहारे उभे राहिले. मग तिच्या वृत्ती हळूहळू सुन्न होऊ लागल्या. कधी न बघितलेला गंगाकाठ तिला दिसू लागला. दिनेशबाबूंच्या अस्थी घेऊन त्यांचं गंगेत विसर्जन करण्यासाठी आपण भारतीबरोबर भारताच्या प्रवासाला निघालो आहोत, असं तिला दिसू लागलं. मग गंगाकाठावर अल्बर्टचा मुलगा- तिचा नातू खेळताना तिनं बघितला. म्यूलर कुटुंबाची गंगेकडे निघालेली ही चौथी पिढी! सारं सारं म्यूलर कुटुंब गंगेला मिळत होतं. दोन संस्कृतींचा संगम होत होता आणि बर्लिनची संस्कृती अखेर गंगेला मिळत असलेली तिला स्पष्ट दिसली.

❖